श्री समर्थ रामदास स्वामी लिखित

आत्माराम

निरूपण

रेणू दांडेकर

सकाळ प्रकाशन

सकाळ प्रकाशन

Atmaram

आत्माराम

प्रथम आवृत्ती	:	डिसेंबर २०२५
प्रकाशक	:	सकाळ मीडिया प्रा. लि. ५९५, बुधवार पेठ, पुणे ४११ ००२
संपादन	:	ऐश्वर्या कुमठेकर
अक्षरजुळणी	:	संदीप घावरे
मुखपृष्ठ	:	यशोधन लोवलेकर
मांडणी	:	उमा लोवलेकर
मुद्रणस्थळ	:	विकास प्रिंटिंग ॲण्ड कॅरिअर्स प्रा. लि. प्लॉट नं. ३२, एमआयडीसी, सातपूर, नाशिक
ISBN	:	978-93-47138-13-3
संपर्क	:	९८८१५ ९८८१५ / ८८८८८ ४९०५० sakalprakashan@esakal.com

आत्म्यातल्या रामास...

श्री समर्थ रामदास स्वामी

॥ मनोगत ॥

आयुष्यात काही क्षण अलौकिक असतात. स्वप्न, भास यांपलीकडचे असतात. ती एक वेगळी अनुभूती असते. या क्षणाला साक्षात्कार वगैरे, असं काही म्हणणार नाही. आपण कोणी नाही याची जाणीव त्यामागे आहे, तरीही त्या क्षणात आपल्या सर्वांना सहभागी करून घ्यावं असं वाटतं.

ऐन उन्हाळ्याचे दिवस होते. का कुणास ठाऊक, रात्रीपासून सारखं शिवथरघळीत जावं आणि एकटंच जावं, असं मनात येत होतं. सामान्य बाईमाणसाला आलं मनात, पडलं बाहेर असं करता येत नाही. तरीही त्या दिवशी मी बाहेर पडले, जणू काही माझ्यासाठीच महाड गाडी लागली होती. डॉ. दाभाडकरांना कळवताच त्यांनी शिवथरघळीत माझी राहण्याची व्यवस्था केली. माझ्याबरोबर आणि मनात 'आत्माराम' होते. संध्याकाळ होऊ लागली होती. काहीच गर्दी नव्हती. म्हणजे कोणीच नव्हतं. मी तिथं जाऊन बसले. समोर रामदासस्वामी शिष्याला 'दासबोध' सांगत आहेत, असं वाटलं. वाटलं, ते 'आत्माराम'च सांगतायत. कितीतरी वेळ तसाच गेला. पहिली ओवी मी उघडली, वाचली. माझ्या मनात आलं ते लिहिलं आणि ती ओवी पुन्हा मला समजेल, अशा सोप्या भाषेत लिहून काढली. चांदणं पडलं होतं आणि मी लिहीत होते. एक, दोन, तीन करता करता पहिला समास संपायला आला. कोणीतरी येऊन उठवून गेलं, पण मी तशीच होते. रात्र झाली होती. माहीत नाही, पण कसला तरी प्रकाश मनभर पसरला होता. खूप शांत वाटत होतं. आजूबाजूला उंच कडे दिसत होते. मला वाटलं, आत्माराममधून व्यक्त होणारे रामदास असेच तर आहेत की!

परतीचा प्रवास माझ्या दृष्टीने वेगळा प्रवास होता. दुसऱ्या दिवशी मी घरी आले. अवतीभोवती कोलाहल असताना मनातल्या प्रसन्नतेने भरून गेले होते. माझ्याकडून कोणीतरी तीन महिन्यांत १८३ ओव्यांचं हे काम पूर्ण करून घेतलं. एवढं

अगाध तत्त्वज्ञान असणाऱ्या या ग्रंथावर काम होत असताना, समजून घेताना खूप अडथळे आले. मी माझ्याशीच बोलत-बोलत या अडथळ्यांना पार केलं. रामदासांचा अभ्यास असणारी माझी मैत्रीण मंजिरी हिच्याशी तासन्‌तास गप्पा मारल्या. मनातलं अवकाश आपल्याला थोडंफार समजलंय, या जाणिवेनं आणि नेणिवेनं भरून गेलं. कुणा सामान्य माणसांचे वाचून आनंद झाल्याचे संदेश मला बळ देत होते. किंबहुना हाच हेतू होता, की हे सर्व तत्त्वज्ञान सोपं करून सामान्य माणसापर्यंत गेलं पाहिजे. कारण आपल्या सगळ्याच प्राचीन ग्रंथांची भाषा, त्यांतलं तत्त्वज्ञान समजायला कठीण आहे. शब्द वाचण्याबरोबर शब्दांचा अर्थही हळूहळू मनात विरघळला, तर तो कृतीत येतो. त्यामुळे या ग्रंथातलं तत्त्वज्ञान जेवढं सोप्या भाषेत सांगता येईल, तेवढं सांगायचा हा प्रयत्न आहे. आपली ती पात्रता नाही, हे माहीत असूनही 'आत्माराम'च्या अंतःप्रेरणेनंच हे शब्द उमटले आहेत. आजच्या पिढीला हे तत्त्वज्ञान त्यांच्या भाषेत सांगितलं, तर ते वाचलं जाईल आणि संपूर्ण समाजावर त्याचा विधायक परिणाम होईल, असंही वाटतं. म्हणून लिहिताना 'आत्माराम' या ग्रंथातील मूळ ओवी, त्याखाली ओवीचा सोपा अर्थ, आणि त्याबरोबरच साध्या-सोप्या भाषेत त्या ओवीची रचना 'आत्मबोधाच्या रूपानं दिली आहे.

वाल्मिकी ऋषींनी रामायणातून उभा केलेला राम म्हणजे एक मूल्यव्यवस्था आहे, कुटुंबव्यवस्था आहे, समाजव्यवस्था आहे. विचारांची दिशा दाखवणारी व्यवस्था आहे. म्हणूनच रामदासांनी सर्वार्थानं या रामाचं दास्यत्व स्वीकारलं. म्हणूनच 'आनंदवनभुवन' लिहिलं. म्हणूनच एकवचनी, एकबाणी, एकपत्नी रामाच्या रूपानं ते एकनिष्ठा समाजापुढे मांडतात. उद्विग्न झालेली मनाची अवस्था करुणाष्टकात मांडतात. त्याच्यावर उपाय (आजच्या भाषेत रेमेडी) मनाच्या श्लोकातून मांडतात. हा मनोबोध केल्यानंतर दासबोधातून माणूस म्हटल्यावर त्याला व्यापणारे सर्व पैलू (बुद्धी आणि भावना) यांना धरून केलेली वर्तनप्रणाली ते मांडतात. यापुढचा अंतिम टप्पा म्हणजे असा राम आत्म्यात धारण करणं, आत्मा रामरूप करणं म्हणजेच आत्मतत्त्व जाणणं. यासाठी 'आत्माराम'ची निर्मिती झाली असावी. आत्माराममध्ये आलेला राम हा रामदासांनी जाणलेला राम आहे. आत्मा हाच राम किंवा रामरूप आत्मा, असं म्हणताना, मला वाटतं अंतर्मुख होऊन त्याचा शोध घेऊ. संतसाहित्यातली सामाजिकता सर्वांपर्यंत पोहोचली, तर तो दिवस अमृताचा होईल, असं मला वाटतं.

सारं लिहून काढलं आणि अचानक आशुतोषजींचा फोन आला आणि त्यांना भेटायला मी 'सकाळ' ऑफिसमध्ये गेले. प्रकाशनाची जबाबदारी त्यांनी घेतली. छापील मजकूर तपासण्याचं, संपादनाचं काम आणि सूचना ऐश्वर्याताईंनी केल्या आणि ते दुरुस्तीचं काम माझी नणंद मालू हिने केलं. प्रसाद प्रकाशनाच्या प्रमुख श्रीमती उमा बोडस यांनी प्रसाद मासिकाच्या दर अंकात एक याप्रमाणे प्रसिद्ध केलेली ओवी पुस्तकरूपाने प्रकाशित करायला आनंदाने अनुमती दिली. खूप खूप धन्यवाद, उमा! अक्षरजुळणी करणारे संदीप घावरे, पुस्तकाची मांडणी करणाऱ्या उमा लोवलेकर आणि समर्पक मुखपृष्ठ तयार करणारे यशोधन लोवलेकर यांचेही विशेष आभार!

सगळ्या गोष्टी कशा सहज आणि सुरळीत पार पडल्या, याचा आनंद होतोय.

रेणू दांडेकर

श्रीसमर्थ रामदास स्वामी
यांचे जन्मस्थान - जांब

॥ अनुक्रमणिका ॥

समास पहिला : त्यागनिरूपण
ओवी १ ते ३९

११

समास दुसरा : मायानिरूपण
ओवी १ ते ४३

५५

समास तिसरा : ब्रह्मनिरूपण
ओवी १ ते ३६

९९

समास चौथा : साधननिरूपण
ओवी १ ते ३७

१३७

समास पाचवा : स्वानुभव निरूपण
ओवी १ ते २८

१७५

समास पहिला

त्यागनिरूपण

ओवी १ ते ३९

समर्थांच्या चरणस्पर्शाने पुनीत झालेल्या
श्रीक्षेत्र चाफळ येथील श्रीराम मंदिर

ओवी १

जयास लटिका आळ आला । जो मायागौरी पासूनि जाला ।
जालाचि नाही तया अरूपाला । रूप कैचें? ॥१॥

अर्थ : परमात्म्यावर तो असल्याचा आपण खोटा आरोप करतो. मायारूपी आदिशक्तीमुळे तो निर्माण होतो. खरे म्हणजे परमात्मा झालाच नाही. म्हणून रूपाचा संबंध नसलेला परमात्मा वस्तुरूप असणे शक्य नाही.

स्पष्टीकरण : परमात्मा म्हणजे काय? परमोच्च आत्मा. आपल्या अवतीभवती अनेक वस्तू असतात, व्यक्ती असतात, म्हणजे इथे 'असणे' आहे. या असण्यात मानवी विचार आणि कल्पना असतात. जिथे व्यक्ती आहे, वस्तू आहेत तिथे त्यांच्याबद्दलचे अनेक चांगले-वाईट विचार माणसाच्या मनात येतात. त्याबद्दल माणूस कल्पना करू लागतो. परमात्मा हा असा आहे की तो फक्त आहे. तो माणसासारखा दृश्य नाही. परमात्म्याच्या ठिकाणी अस्तित्वच नाही, दृश्यरूप नाही. मानवी विचार, कल्पना सगळे काही परमात्म्याच्या ठिकाणी खोटे ठरतात. मग या परमात्म्याचे रूप आहे तरी कसे? ज्याला अंत/शेवट नाही, ज्याला कोणत्याही सीमा नाहीत, जो मूर्त रूपात नाही म्हणजे ज्याला आकार नाही, ज्याला कोणतेही विकार, भावभावना नाहीत, जिथे द्वैत म्हणजे वेगळेपणा नाही... कसा समजायचा हा परमात्मा सामान्य माणसाला? साहजिकच तो कुठे दिसणार? तो कसा आहे? हे प्रश्नच संपतात. असे असले तरीही परमात्मा आहे म्हणून विश्व आहे. तो आहे म्हणून आपण सर्व आहोत. परमात्मा म्हणजे आत्म्याचे परमोच्च रूप, म्हणजेच रामरूप.

परमात्मा नव्हे शून्य, तो विश्वचि आहे।
आहे म्हणुनि आपले असणे, तो नसता काही नोहे ॥

एक अशी शक्ती आहे, जी या परमात्म्याला रूप, आकार, जडत्व देण्याचा भास निर्माण करते. मग भास होतो की, परमात्मा मूर्तरूप आहे, त्याला सीमा आहेत, अनंत रूपांनी तो व्यक्त झालाय. रूप आहे म्हटल्यावर दिसणे, आकार, बदल, फरक, विकास, मर्यादा हे सगळे आलेच. कारण असण्याची ती प्रकृती वा धर्म आहे. हा परमात्मा वस्तूचे ठायी आहे की नाही. ही मायाशक्ती अशी आहे, जी आदिशक्ती

आहे. ती परमात्म्याच्या ठिकाणी जे नाही ते त्याला चिकटवते. त्याला रूप आहे असा भास निर्माण करते. हे सारे कर्तृत्व, शक्ती पार्वतीचे आहे.

। आत्मबोध ।

परमात्मा अचेतन, अनंत, अमूर्त, सत्ता, अरूप।
परि परमात्म्याचे ठायी सद्रुप असण्याचा
माया करी खोटा आरोप ॥

ओवी २

तेथे स्तवनाचा विचार । न घडे निर्विकारी विकार ।
परी तयास नमस्कार । भावबळे माझा ॥२॥

अर्थ : परमात्म्याचे स्वरूप आकारहीन आहे. ते बदलत नाही. ते अद्वैत आहे. तिथे विकार, द्वैत निर्माण झाल्याशिवाय त्याचे स्तवन करताच येत नाही. मात्र असे असले तरी, मी भक्तिभावाने त्याला नमस्कार करतो.

स्पष्टीकरण : परमात्मा आहे का? तर आहेच. हे मत, हा साक्षात्कार, ही मान्यता आपल्याला मदत करते. कशासाठी, तर परमात्मा आहे, हा विचार दृढ करण्यासाठी. एका बाजूला हा विचार की परमात्मा निर्गुण आहे, निर्विकार आहे, अमूर्त आहे आणि दुसरीकडे तो सगुण, आकाररूप आहे, दृश्य आहे, अशा परमात्म्याचा अनुभव भक्त घेत असतो. अनुभव घेतला तरी त्याचे वर्णन मात्र करता येत नाही, पूजाही करता येत नाही. रामदास अशा एका स्थितीला पोहोचतात की, परमात्म्याचा त्यांना अनुभव येतो. परमात्मा या शब्दाचा अर्थ 'परम (म्हणजे श्रेष्ठ) आहे ज्याचा आत्मा असा तो' असा होतो. परमात्मा म्हणजेच सर्वोच्च आत्मा. सर्वोच्च आत्मा काय असतो? हा आत्मा म्हणजे चेतना आणि प्राणशक्ती होय. प्रत्येक मनुष्यप्राण्याच्या आतमध्ये तो चेतनेच्या रूपात स्थिरावलेला असतो. ऋग्वेदामध्ये याचे विवरण केले आहे. परमात्मा आणि आत्मा यात अंतर काय आहे? परमात्मा हा निराकार आहे, तो सर्वव्यापी आहे. आत्मा हा साकार रूपामध्ये असून आत्मा आणि जिवात्मा यांची शक्ती मर्यादित

आहे. भगवद्गीतेच्या तत्त्वज्ञानानुसार परमात्मा पुरुषोत्तम (उत्तन पुरुष), परब्रह्म, अविनाशी मानला गेला आहे. आत्म्याचे सात गुण मानलेले आहेत (शांती, आनंद, प्रेम, परमानंद, पवित्रता, शक्ती, सत्य) असे परमात्म्याचे रूप रामदासांच्या अनुभवाला येते, त्याला ते नमस्कार करतात.

असे परमात्मा परि न दिसे । भक्त तयाचा अनुभव घेतसे ॥
वर्णन, पूजा करता न येतसे । नमस्कार त्या परमात्मरूपा ॥

तुम्ही-आम्ही सामान्य माणसे! त्यामुळे परमात्मा, आत्मा हे आपल्याला कसे समजावे, आपण त्याला कसे जाणावे, असा प्रश्न आपल्याला पडतो. पण मुळात ही गोष्ट श्रीसमर्थांच्या लक्षात आहेच. शिवाय समर्थांसारखे ब्रह्मज्ञानी परमात्मरूपच असतात. मात्र आपल्याला समजावे म्हणून, त्यांना मानवतेच्या पातळीवर यावेच लागते. माणसाला समजेल, शोभेल अशीच भाषा परमात्मा वापरतो. केवळ निवेदनापुरते वेगळेपण श्रीसमर्थ स्वीकारतात आणि परमात्मरूपास वंदन करतात.

। आत्मबोध ।

ज्ञात व्हावे परमात्मरूप तुम्हा आम्हास ।
करती वंदन त्या परमात्म्यास, श्री समर्थ रामदास ॥

ओवी ३

जयाचेनि वेदशास्त्रे पुराणें । जयाचेनि नाना निरूपणें ।
जयाचेनि स्वसुखा लादणें । शब्दी निशब्द ॥३॥

अर्थ : त्या परमात्म वस्तूच्या प्रेरणेने वेदशास्त्रे (वेद आणि उपनिषदे), पुराणे (इतिहास आणि कथारूप तत्त्वज्ञान), आत्मज्ञान सांगतात. त्या परमात्म वस्तूच्या स्फुरणातून आत्मस्वरूपाचे वर्णन केले जाते. त्याच्या कृपेनेच स्वतःचे म्हणजे आत्म्याचे सुख प्राप्त होते. हा अनुभव शब्दांच्या पलीकडला असतो, पण तो अनुभव शब्दातच व्यक्त करावा लागतो.

स्पष्टीकरण : जग हे मिथ्या आहे, मृगजळासारखे आहे. ते आहे असा भास असतो. तोच भास खरा वाटतो. हरीण जसे या भासाला फसते, तशीच आपलीही अवस्था असते. हा परमात्मा हेच जगाचे अधिष्ठान आहे. या दोन ओळींच्या ओवीत समर्थ जगाची धारणा करणाऱ्या, पोषण करणाऱ्या सर्वेसर्वा ईश्वराचे वर्णन करतात. खरे तर हा परमात्मा हाच ईश्वर आहे.

आपण परमात्मसुखाचा अनुभव घेऊ लागतो. परमात्मस्वरूपाच्या या अनुभवात आपण इतके एकरूप होतो, की वेगळेपण राहातच नाही. द्वैत संपते. व्यावहारिक जगात आपण आणि जग वेगळे असतो. जगातल्या गोष्टी व्यावहारिक पातळीवर खऱ्या वाटतात, पण ईश्वराचे ज्ञान होते तेव्हा लक्षात येते की, परमात्माच सर्वांचा नियंता आहे. तो सर्वत्र आहे, सर्वज्ञ आहे.

ईश्वर ज्ञानस्वरूप आहे, ज्ञानरूप आहे. ज्ञान म्हणजेच ईश्वर. यानेच तर 'वेद' प्रकट केले. 'वेद' शब्दरूप आहेत. वेदांना शब्दप्रमाण मानले जाते. फार पूर्वी ऋषी ध्यानावस्थेत असताना ईश्वररूप झाले. ऋषींना दिव्य ज्ञान-प्रज्ञा प्राप्त झाली. यातून ऋषींनी अनंताचा शोध घेतला. हा घेतलेला शोध त्या ऋषींच्या वाणीतून साकार झाला. हा ज्ञानबोध म्हणजे वेद होय. 'वाणी' म्हणजे आपण नेहमी जे बोलतो ते. या बोलण्यामध्ये सामान्य जगण्यातले विषय असतात. ही वाणी कोणत्याही मनुष्यप्राण्याच्या तोंडी असते, पण आपल्या वाणीला याच टप्प्यावर थांबवून चालणार नाही. तोंडाने बोलले जाणारे शब्द माणसाला व्यक्त करतात, या वाणीला 'वैखरी' असे म्हणतात. या वाणीचे स्वरूप तसे बाह्य असते किंवा वरवरचे असते. ती व्यवहारातही बोलली जाते. यानंतरचा स्तर म्हणजे 'मध्यमा'. वाणीचा हा स्तर मनामध्ये असतो. मनामधील व्यक्त करता येणे म्हणजेच मनापासून बोलणे, सत्य बोलणे होय. यापुढचा क्रम म्हणजे जी भाषा माणसाच्या हृदयापर्यंत जाऊन पोहोचते, त्या वाणीला 'पश्यन्ति' असे म्हणतात. अंतिम टप्पा म्हणजे 'परा' वाणी. याचा अर्थ आहे दिव्य वाणी किंवा पवित्र वाणी. ही वाणी नाभीपासून निर्माण होते. जेव्हा एखाद्या व्यक्तीचे मन शून्य अवस्थेत असते, तेव्हा त्याला या वाणीचा अनुभव येऊ शकतो. शून्यावस्था म्हणजे काय तर जेव्हा नेहमीच्या व्यावहारिक, प्रापंचिक विचारांच्या पलीकडे माणसाचे मन जाते. ती अवस्था योग आणि ध्यान. याने ही वाणी, ज्ञान आणि एका अलौकिक शक्तीने भारलेली असते. ही वाणी शक्तिमान असतेच, पण इंद्रिये आणि मन यांच्या पलीकडे असते, म्हणूनच माणसाने आपल्या

'वाणी'ला 'वैखरी', 'मध्यमा', 'पश्यन्ति' आणि 'परा' वाणीमध्ये नेले पाहिजे. आपण जर आपल्या वाणीला क्रमाक्रमाने 'परा' वाणीत लीन केले तर वेदमंत्रांचा साक्षात्कार होईल.

ऋषींना हा अनंताचा बोध झाला, कारण त्यांनी तो शोध घेतला. हा शोध युक्तिवादात बसवला आणि शास्त्र निर्माण झाले. हे शास्त्र अर्थातच ईश्वररूप, परमात्मरूप होते. वेदांच्या श्रुतींचा भावार्थ व्यवस्थित आणि नीटनेटका मांडण्याचे काम शास्त्रे करतात, आणि हाच अर्थ पुराणे रंजकतेने मांडतात.

श्रीसमर्थ असे सांगतात की, जगाचे ज्ञान हे बाह्य आणि दृश्य रूपात असते. माणूस संकल्प करून किंवा 'मी'पणाच्या प्रयत्नातून हे ज्ञान मांडू शकेल. पण जे ईश्वराचे ज्ञान आहे ते हृदयस्थ ज्ञान आहे. ते ईश्वराच्याच प्रेरणेतूनच मांडता येते. ईश्वराची कृपा झाल्यावर आपण अंतर्मुख होतो. स्वतःच्या हृदयात शिरून तिथे असलेला स्वानंदाचा अनुभव घेतो.

एरवी जी सुखे असतात ती देह उपभोगतो, ती शारीर असतात. ती जाणवतात. त्यांचे वर्णन शब्दांतून करता येते. इथे अपेक्षाभंग वा पूर्ती झाली, की प्रकट परिणाम देहातून देहावर व्यक्त होतो. भाव अनुभाव व्यक्त होतात. पण देहाच्या पलीकडे आणि देहाच्या हृदयस्थ ठेव्यात जो आनंद असतो, तो वेगळा असतो, तो शारीर नसतो. ईश्वराचा आनंद म्हणजे आत्मानंद, हा देहातीत जाऊनच अनुभवावा लागतो.

सामान्यांपर्यंत हा अनुभव नेल्याशिवाय, सामान्य या आनंदापर्यंत पोहोचण्याचा प्रयत्न करणार नाहीत. म्हणून शेवटी संतांनाही हा आत्मानंदाचा अनुभव शब्दांत पकडावा लागतो. अनुभवाला शब्दाचा साज ते चढवतात.

। आत्मबोध ।

बाह्य आणि दृश्य रूपात । जगाचे ज्ञान ।
माणूस मांडेल ते । संकल्प करून ॥
हृदयस्थ ज्ञान । ईश्वराचे ज्ञान ।
ईश्वर प्रेरणेतून । ते मांडता येते ॥
ईश्वराचा आनंद । असे आत्मानंद ।
हा अनुभव मांडती । शब्दांत संत ॥

ओवी ४

जें शब्दास आकळेना । जें शब्दाविण सहसा कळेना ।
कळलें ऐसेही घडेना । जिये स्वरूपीं ॥४॥

अर्थ : परमात्म्याचे स्वरूप वाणीने समजत नाही. पण त्याची कल्पना येण्यासाठी, ते कसे आहे, हे समजण्यासाठी शब्द किंवा वाणी हेच साधन आहे. हे स्वरूप अनंत आहे, मग ते कळले असे तरी कसे म्हणावे? कळणे किंवा न कळणे हा मानवी मनाचा धर्म आहे. हे परमोच्च स्वरूप ज्याला प्राप्त होते, त्याला ते कळण्याची गरज उरत नाही.

स्पष्टीकरण : माणसाचा स्वभाव हा अनेक वैशिष्ट्यांचा आहे. माणसाला ज्ञान मिळवावेसे वाटते, तसा आनंदही मिळवावासा वाटतो. माणसाच्या अंतस्थ असणारा ईश्वर हा जसा ज्ञानाचा ठेवा आहे, तसा तो स्वानंदाचेही उगमस्थान आहे. आत्मानंद किंवा आत्मज्ञान हे देहापलीकडे असते. मग हा अनुभव सामान्य माणसाला कसा कळणार? शब्द, विचार, कल्पना यांत मावणारा ईश्वर नाही. पण मग त्याच्या आकलनाला कोणते साधन आहे, ज्यातून तो व्यक्त होईल? अर्थात, बोलण्यातून! बोलायला हावभावाची भाषा पुरत नाही. शब्द लागतातच. आपल्याला प्रत्येक गोष्ट दिसावी लागते. ती गोष्ट बघणे, ऐकणे, स्पर्श करणे, चव घेणे यातून आपण ती गोष्ट अनुभवतो. ईश्वर हा यात मावणारा नाही. ज्याला तो कळला, अनुभवास आला तो शब्दाचा आधार घेतो. शब्दातून व्यक्त होऊ लागतो. याचा अर्थ असा नाही, की सगळा ईश्वर व्यक्त करता आला. सांगायचा उरतोच. ईश्वर मला कळला असे वाटले, तरी तो उरतोच. कुणीच असे म्हणू शकत नाही की, मी सर्वज्ञानी आहे. अनंतापर्यंत पोहोचूनही अंत सापडत नाही. जो स्वस्वरूपाच्या, आत्मज्ञानाच्या गूढ खोल डोहात शिरायला लागतो, तो सर्व जाणिवांच्या पलीकडे जातो. त्याचे रूप, अस्तित्वच बदलते.

। आत्मबोध ।

हृदयस्थ ईश्वर ज्ञानाचे निधान ।
हृदयस्थ ईश्वर स्वानंदाचे उगमस्थान ॥
ईश्वराचे ज्ञान ईश्वराचा आनंद ।
स्वरूप ईश्वराचे आवाक्यात नसे ॥

हे जरी असे सत्य, परी शब्द हेच साधन ।
ईश्वराची दिव्य अनुभूती इतरांना देण्या ॥
किती वर्णावे शब्दांनी ईश्वरास ।
तरी कळेना ईश्वर तुम्हा आम्हास ॥

ओवी ५

ऐसें सदा सर्वत्र संचले । जें तर्का न वचे अनुमानले ।
ते जयेचेनि प्राप्त झाले । आपरूप आपणासी ॥५॥

अर्थ : जो निरंतर सर्व ठिकाणी पसरलेला आहे. पण तर्काच्या साहाय्याने अनुमान करून तो हाती लागणे शक्य नसते, त्यासाठी शब्दच उपयोगी पडतात. शारदेच्या कृपेने आपले खरे स्वरूप आपल्याला प्राप्त होते.

स्पष्टीकरण : आपल्या प्रत्येकात ईश्वराचा अंश आहे. ईश्वराला 'तत्' म्हणतात. माझ्या आत असलेल्या ईश्वराचा अंश मला कळतच नाही. कारण मला माझ्यातला 'स्व' माहीत नसतो. आपण वेगवेगळ्या रूपांत या विश्वात वावरत असतो. जेव्हा 'मी' समजू लागतो, तेव्हा या 'मी'तल्या ईश्वराची जाणीव होऊ लागते. सगळ्या जगाचे अधिष्ठान, पाया असणारा ईश्वर आणि देहात असलेला 'मी' एकच आहोत, हे आपल्या लक्षात येते. 'तत् त्वं असि।' अर्थात तो 'मी' आहे, तो 'तू' आहेस. आपले खरे रूप म्हणजे आपला अंतरात्मा होय. हा सत् रूपाने जगण्याचा पाया आहे. चित् रूपाने अनुभवावर तो प्रकाश टाकतो. आनंद रूपात व्यक्त होतो. प्रत्येक माणसाची बुद्धी वेगवेगळ्या प्रकारे विचार करते. या बुद्धीला आपली ज्ञानेंद्रिये माहिती पुरवतात. आपण अनेक जण आहोत. एकत्वाची कल्पना अनेकांत दिसत नाही. कधी कधी तर्क ही कल्पना आपल्याला देतो. पण हा तर्क स्वतः एकमय बनत नाही. त्यामुळे तर्काचे ज्ञान संभवनीयच राहते.

ईश्वर हा अनंत आहे. मग या ईश्वराला समजून घ्यायचे असेल, तर आपल्यात अनंत शक्ती हवी. याला आपण ज्ञानशक्ती म्हणू या. ही ज्ञानशक्ती

ईश्वरापाशीच असते. देवी सरस्वती ही विद्या देवता म्हणजे ज्ञानदेवता आहे. तिच्याकडे ही अनंत शक्ती आहे. कारण ती ईश्वरच आहे. ज्ञानाचा शोध घेणे आणि ज्ञान घेत घेत अनंताकडे जाणे, यातून ईश्वररूप जाणवू लागते. मुळात ते आपल्या अंतरात्म्यात आहेच.

। आत्मबोध ।

ईश्वराला म्हणती तत्, तो व्यापतो सच्चिदानंदरूप ।
असीम, अमूर्त, अनंत परमात्मा सत्यवस्तू ईश्वररूप ॥
ईश्वर आहे अनंत, परी जाणाया हवी अनंतशक्ती ।
स्वस्वरूप ईश्वररूप जाणवून देते, शारदा ज्ञानशक्ती ॥

ओवी ६

नमन तिचीया निजपदा । माया वाग्देवी शारदा ।
जयेचेनि प्रवर्तती संवादा । संत माहानुभाव ॥६॥

अर्थ : वाणीची देवता म्हणजे शारदा. तिच्या चरणी माझा नमस्कार असो. ती ईश्वराची प्रधान शक्ती आहे. ज्या पुरुषांना साक्षात्कार झालेला असतो, ते शारदेच्या प्रेरणेने आत्मस्वरूप, ईश्वररूप आणि परमात्मस्वरूप यांच्याबद्दल निवेदन करणाऱ्या संवादास प्रवृत्त होतात.

स्पष्टीकरण : सरस्वती म्हणजे वाणीची देवता. ही वाणी चार प्रकारची. परा, मध्यमा, वैखरी, पश्यन्ति. या वाणीचेही पुराणात विशेष सांगितले आहे. वाणीची देवता गणपती आहे, असेही मानले जाते. 'माया' या शब्दाचा व्यवहारातील अर्थ आपल्या सगळ्यांना माहीत आहे. व्यवहारात हा शब्द आपण कसा वापरतो तर, 'तिची मुलावर माया आहे.' 'तो 'मायाळू' आहे' ; म्हणजे ज्याच्या ठिकाणी वात्सल्य आहे, त्याच्याविषयी बोलताना माया शब्द वापरला जातो पण मायेचा आध्यात्मिक अर्थ वेगळा आहे. हा शब्द 'सांसारिक मोह' या अर्थानेही वापरला जातो. ही माया अशी आहे जी व्यवहारातल्या, संसारातल्या वस्तूंशी माणसाला इतकी बांधते, की सत्य जाणण्यापासून माणूस लांब राहतो. पण आध्यात्मिक विश्वात तिच्यात

जणू जादूसारखी शक्ती येते. यामुळे ईश्वर माणसाला असा विश्वास देतो, की मायेमुळेच शोक, मोह, सुख-दुःख, जन्म-मरण जाणवते. एका बाजूला सत्त्व, रज आणि तम हे मायेचे तीन गुण मानले गेले आहेत. गीतेमध्ये मायेला कृष्णाने आपली शक्ती मानले आहे.

सर्वसामान्यपणे आपण एकमेकांशी बोलतो ती वाणी म्हणजे 'वैखरी'. संत, महात्मा, उच्चपदस्थ बोलतात ती वाणी म्हणजे 'मध्यमा' होय. लोक या वाणीचे अनुकरण करतात. 'पश्यन्ति' ही वाणी सिद्धीतूनच प्राप्त होते. ही वाणी जे बोलतात त्यांचे बोलणे खरे असते, असे मानले जाते; मग तो शाप असो वा वरदान! चौथा वाणीचा प्रकार म्हणजे 'परा'वाणी. ही वाणी प्राप्त होणे अवघडच. या वाणीचा उपयोग करण्यास 'ईशिता' अर्थात सर्वश्रेष्ठ अशी विद्या लागते. वाणीचे हे चारही प्रकार असलेली देवता, म्हणजे शारदा. हिचा साक्षात्कार होतो तेव्हा माणूस, या शारदेच्या प्रेरणेने आत्मस्वरूप, ईश्वररूप आणि परमात्मा स्वरूप यांच्याबद्दल सांगू लागतो. त्या संवादास प्रवृत्त होतो. अशा या माणसाला रामदास 'संत महानुभाव' म्हणतात. संतांचे संवाद म्हणजे अशा दिव्य स्फूर्तीचे शब्दरूप आकार होत.

। आत्मबोध ।

परमात्मा होई सृजन, सन्मुख, तेव्हा प्राप्त होई ईश्वरपणा ।
अनेक शक्तींचा होई उदय त्यास सृजनस्फुरणा ॥
जैसे मडक्यामध्ये माती राही तादात्म्यपणाने ।
तैसे ईश्वराचे ठाई शक्ती वास करी अभिन्नपणाने ॥

ओवी ७

आता वंदीन सद्‌गुरुस्वामी । जेथे राहिले तोचि मी ।
आणी निवारिली निजधामी । पांचहि जेणे ॥७॥

अर्थ : जे सद्‌गुरू माझे सर्वस्व म्हणजे मालक आहेत त्यांना मी वंदन करतो. ते स्वस्वरूपी राहतात. माझेही स्व-रूप तेच आहेत. त्या स्वरूपाच्या ठिकाणी सर्व पांचभौतिक विश्व बाजूला सारले जाते.

स्पष्टीकरण : सर्वच संत कोणत्याही निर्मितीच्या आधी आपल्या गुरूंना वंदन करतात. सारे श्रेय गुरूंना देतात. रामदासही या सातव्या ओवीत सद्‌गुरूंना सर्वस्व मानतात, वंदन करतात.

सामान्य माणूस जेव्हा जिज्ञासू होतो आणि तो संतांना शरण जातो, तेव्हा त्यालाही सद्‌गुरूंचे रूप प्राप्त होते. तो सद्‌गुरुरूपच बनून जातो. सद्‌गुरू आपल्या शिष्याला स्वस्वरूपदर्शनाच्या प्रदेशाप्रत नेतात. इथे सद्‌गुरूंवर श्रद्धा असावी लागते. ही श्रद्धा गुरू ज्या मार्गाने नेणार आहेत, त्या मार्गावरही असावी लागते. यालाच शिष्याची शरणागती म्हणतात. शिष्याचे स्वरूप बदलून तो सद्‌गुरुरूप होऊ लागतो. सद्‌गुरू आणि सद्‌शिष्य एकाच पातळीवर येतात. दोघेही एकाच परमानंदात विलीन होतात.

अशा वेळी आत्मानंद हेच निवासस्थान होते. यात जे पंचमहाभूतांनी भरलेले विश्व आहे, त्याचा अव्हेर केला जातो. स्वस्वरूपापर्यंत जेव्हा शिष्य पोहोचलेला नसतो, तेव्हा भौतिक जगात तो अडकतो. या जगात आपण येतो आणि निघून जातो. जन्ममरणाच्या फेऱ्यात अडकतो, भटकतो. हे काही आपले खरे निवासस्थान नाही. आपल्या निजधामी म्हणजे मूळधामी गेल्याशिवाय जिवाला चैन पडत नाही. अशा वेळी सद्‌गुरू आत्मस्मृती देतात आणि स्वानंदरूपी स्वगृही पोहोचवतात.

ज्या ज्या गोष्टी जाणवणे इंद्रियांशी संबंधित आहे त्यांचा निरास होतो, त्या गोष्टी नष्ट होतात आणि आपण आत्मस्वरूपात शिरायला लागतो. पंचमहाभूतात्मक विश्वाचा इथे संबंधच राहात नाही. पंचभौतिक म्हणजेच इंद्रियांशी संबंधित सुखावर आधारलेले जग बाजूला सारले जाते. सामान्य माणसाचे जग भौतिक सुखांची प्राप्ती आणि त्यासाठी धडपड यानेच भरलेले असते. तथापि, जेव्हा स्वस्वरूप आपल्याला कळू लागते, तेव्हा इंद्रियांशी संबंधित गोष्टी शिल्लकच राहात नाही, कारण तेव्हा आपण आत्मस्वरूपात शिरलेले असतो.

। आत्मबोध ।

आत्मानंद असे आपुले मूळ निवासस्थान ।
परी आत्मस्मृतीने स्वानंदापासून ढळते आपुले जीवन ॥
असे हे विश्व पंचमहाभूतांनी भरलेले दृश्य जग ।
जन्म मरणाच्या चक्रामध्ये येते आपणा जाग ॥

जायला हवे आपुल्या मूळ निवासस्थानी ।
सद्गुरू देती आपणास स्वानंदगृही पोचवूनी ॥
होतो इंद्रियगोचर साऱ्या दृश्याचा निरास ।
पोचते जीवन आपुले आपुल्या आत्मरूपास ॥

ओवी ८

तया निजपदाकडे । आनंदे वृत्ति वावडे ।
पद लाघलिया जडे । तद्रूप होऊनि ॥८॥

अर्थ : आपल्या मूळ स्थानाकडे मन आनंदाने धावू लागते. त्या ठिकाणी जेव्हा मन पोहोचते तेव्हा, ते त्या मूलस्थानाशी एकरूप होऊन जाते.

स्पष्टीकरण : निजपद म्हणजे आपले हक्काचे स्थान. आत्मान्द हे आपले मूळचे निवासस्थान आहे. एरवीच्या जगात असलेली वासना, इच्छा, लोभ यातून आपण बाहेर पडतो. त्यामुळे मनाची अवस्था बदलते. आत्मानंद मिळाल्यावर आत्माराम त्यातच एकरूप होतो. यासाठी हवी असते मनाची शुद्धता. ही शुद्धता कशाने येते? जेव्हा आपण साधना करतो, या साधनेला सद्गुरूंच्या मार्गदर्शनाचा पाया असतो. आपले मन पंचमहाभूतांपासून बनलेल्या ज्या गोष्टी असतात, त्यात अडकलेले असते. आपल्याला त्यांची ओढ असते. जेव्हा यातून आपले मन बाहेर पडू लागते आणि ते पूर्णपणे बाहेर पडते, तेव्हा ते मन शुद्ध होण्याचे लक्षण असते. भौतिक गोष्टींच्या आकर्षणाचा, अपेक्षांचा, गरजेचा पगडा मनावर असतो, तेव्हा मनुष्य त्यातच अडकतो. यातून सुटका झाल्यावर मन सूक्ष्म बनते. आपण साध्या घरात राहतो, मग वाटते अजून मोठे घर असावे, चांगल्या किमती वस्तू असाव्यात, दागदागिने, कपडालत्ता असावा, अशा अपेक्षा वाढत जातात, आणि त्यात आपण अडकत जातो. निजपदाला पोहोचल्यावर मात्र या सगळ्यांतून आपण बाहेर पडतो, मात्र हे इतके सोपे नाही.

आपण जमिनीवर असतो तोवर ढग उंच वाटतात. विमानात बसल्यावर ढग खाली राहतात आणि आपण ढगांवर असतो. तरी आपल्यावर ढग असतातच. ढग म्हणजे पोकळी आहे, हे माहीत असले तरी, पुन्हा आपल्यावर असलेल्या ढगांकडे

लक्ष जातेच. पुन्हा त्यातून बाहेर पडायचं... अपेक्षा, इच्छांचेही असेच आहे. यासाठी मुळात मनाचीच ठेवण बदलायला हवी.

आपल्या मूळ निवासस्थानी आपण गेल्यावर मनाची ठेवणच बदलते. नश्वर गोष्टी राहतच नाहीत, त्यांची ओढ राहात नाही. किंबहुना संपतेच. आत्माराम आत्मानंदात विलीन होतो. आपणच आपल्याशी संवाद करू लागतो आणि या संवादातूनच 'स्व' सापडतो. या 'स्व'चे आत्मरूप दिसू लागते. ज्यात जीव अडकलेला असतो, त्यातून प्राण बाहेर पडतात.

। आत्मबोध ।

असे ज्ञान असे, ज्यात वस्तू दिसे ।
ज्ञाता आणि ज्ञेय, भेद कायम राहतसे ॥
असे ज्ञान असे, आत्मज्ञ आणि आत्मा एक असे ।
त्या ज्ञानातून ज्ञाता आणि ज्ञेय भेद उरत नसे ॥
सद्गुरूंचे दर्शन मार्गाने मन शुद्ध होई ।
अतींद्रियात संचार करण्याची शक्ती त्यास येई ॥
अशुद्ध अवस्थेत मन विषयाकडे धाव घेई ।
आत्मरूपाशी संपर्क होता, त्याच्याशीच तद्रूप होई ॥

ओवी ९

स्वामीकृपेचा लोट आला । मज सरोवरी सामावला ।
पूर्ण जालिया उचंबळला । अनुभव उद्गार ॥९॥

अर्थ : श्रीसद्गुरूंच्या कृपारूपी पाण्याचा लोंढा आला व माझे अंतःकरणरूपी तळे, सरोवर भरू लागले. ते संपूर्ण भरून उचंबळले, ओसंडून वाहू लागले. तो अनुभव म्हणजेच स्वस्वरूपाचा साक्षात्कार उद्गाररूपाने/शब्दरूपाने बाहेर पडला.

स्पष्टीकरण : साधक स्वतःच्या प्रयत्नांतून 'ध्यान' या अवस्थेपर्यंत पोहोचतो. अर्थात, हे इतके सोपे नाही, पण अशक्यही नाही. ही अवस्था टिकून राहावी म्हणून साधक प्रयत्न करतो. अर्थात याचा मनावर ताण येतो. हा ताण सहन करण्याची

प्रत्येक जिवाची एक क्षमता असते, मर्यादाही असते. साहजिकच ध्यानावस्थेपासून मन भटकू लागते. अशावेळी साधक पुन्हा सद्गुरूंना शरण जातो. गुरूंची कृपा होते. कृपा म्हणजे काय, तर जिवाची दया/करूणा येऊन, अविद्येच्या पकडीतून त्याला सोडवण्यासाठी, वापरलेली दिव्य शक्ती. या कृपेमुळे साधक पुन्हा ध्यानावस्थेत जातो. त्याचे ध्यान सूक्ष्म, स्थिर आणि आनंदमय होते. हीच स्वामीकृपा म्हणजे पाण्याच्या लोंढ्याप्रमाणे वाहणारा आनंदरूपाचा लोंढा होय.

साधकाचे ध्यान परिपक्व होत जाते. साधकाचा जीव स्वस्वरूपाशी तद्रूप होऊ लागतो. हृदय आनंदाने भरू लागते. हा आनंद हृदयात मावेनासा होतो. तो शब्दरूपात ओसंडून वाहू लागतो. हाच आत्मानुभव म्हणजे स्वस्वरूपाचा साक्षात्कार. श्रीसमर्थांचा 'आत्माराम' म्हणजे आत्मानंदाने भरून वाहणाऱ्या अंतःकरणाचे निवेदन आहे.

। आत्मबोध ।

न लागतसे ध्यान, साधक जाई सद्गुरूला शरण ।
अविद्येच्या पकडीतून सोडविण्या, कृपेचे होई अवतरण ॥
मग ध्यान होई सूक्ष्म, स्थिर आणि आनंदरूप, हीच स्वामीकृपा ।
तसतसा हृदयकोश भरे, आनंदाने साधक होई तद्रूपा ॥
आनंद मावत नाही हृदयात, वाही ओसंडून ।
हाच दिव्य आनंद व्यक्त होई स्वानुभव उद्गारातून ॥

ओवी १०

माझे सद्गुरुकृपेचें बळ । मजमाजीं सांठवले तुंबळ ।
तेणे बळे स्वानंदजळ । हेलाऊं लागे ॥१०॥

अर्थ : समर्थ म्हणतात, 'माझ्या अंतर्यामी माझ्या सद्गुरूंच्या कृपेचे सामर्थ्य तुडुंब भरलेले आहे. त्या कृपेच्या सामर्थ्याने परमानंदास उधाण आले आहे. तो आनंद उचंबळून येत आहे.'

स्पष्टीकरण : सद्गुरूंची कृपा होते. ध्यानावस्था प्राप्त होते. जणू स्वामी कृपेचा लोंढा येतो आणि साधक त्यात चिंब भिजतो. ध्यानाचे रूपांतर समाधीत होते.

ही अशी एक अवस्था, ज्यात स्वानंदाच्या आवेशाने साधक अनावर होतो. आलेला हा अनुभव, शब्दांतून उचंबळून वाहू लागतो. यात सहजता असते. कारण हे उद्‌गार म्हणजे 'अंतरीचे धावे स्वभावे बाहेरी' असे असते. हळूहळू सद्‌गुरुकृपेचा अंमल वाढतच जातो. तो इतका वाढतो की देहात 'मी' राहात नाही. अंतरंग सद्‌गुरुकृपेने व्यापून जाते. उचंबळून येणारा आनंद हा याच स्वामीकृपेमुळे मिळतो. साधक अंतर्बाह्य आनंदरूप होतो. साधकाच्या प्रत्ययाला येतो तो फक्त परमानंद, हाच तर ब्रह्मानंद होय.

। आत्मबोध ।

सद्‌गुरुकृपेने ध्यानावस्था, ध्यानाचे होई समाधीत रूपांतर ।
स्वानंदाच्या आवेशाने, उचंबळोनी साधक होई अनावर ॥१॥
स्वानंदाचा अनुभव प्रकटे शब्दातून बाहेरी ।
वाटे सद्‌गुरुकृपेचा अंमल, मी न राही अंतरी ॥२॥
साधकाची स्थिती होई आनंदरूप अंतर्बाह्य ।
साधकाला येई परमानंदाचा, ब्रह्मानंदाचा प्रत्यय ॥३॥

ओवी ११

आता नमस्कारीन राम । जो योगियांचे निजधाम ।
विश्रांति पावे विश्राम । जये ठायी ॥११॥

अर्थ : समर्थ आता श्रीरामरूपी ईश्वराला नमस्कार करतात. योगमार्गाने जाणाऱ्या योगी लोकांसाठी राम म्हणजे हृदयस्थ ईश्वरच असतो. तोच त्यांचे निवासस्थान असतो. श्रीरामाच्या म्हणजेच हृदयस्थ ईश्वराच्या ठिकाणी, योग्याची शेवटची अवस्था (समाधी) लय पावते.

स्पष्टीकरण : योगी म्हणजे कोण? ध्यान अवस्थेला जो साधक जाऊन पोहोचतो आणि त्या अवस्थेत गेल्यावर ज्याला ईश्वरदर्शन होते, तो योगी. योगमार्गाने जाणारे योगी रामाला म्हणजेच हृदयस्थ ईश्वराला निवासस्थान मानतात. अशा ठिकाणी योग्याची शेवटची अवस्था लय पावते. योगमार्ग हा एक सात्त्विक-

पवित्र मार्ग आहे. या मार्गावरून साधक चालल्यावर आत्मसाक्षात्कार आणि ईश्वर साक्षात्कारापर्यंत जाऊन पोहोचतो. या मार्गावरून चालताना योग्याच्या वाटेत ज्या अडचणी येतात, त्या दूर करण्याची प्रेरणा परमात्मा देतो. महाभारताच्या शांतिपर्वात मोक्षधर्म सांगितला आहे. त्या पर्वाच्या ३००व्या अध्यायात योगमार्गाचे स्वरूप, साधन, फळ आणि प्रभाव याचे वर्णन केले आहे.

हे जग अनेकत्वाचे आहे, अनेकपणाने भरलेले आहे. त्याच्या मुळाशी मात्र एकच एक नित्य, अविकारी, अमूर्त, अनंत असे चैतन्य विलसत असते. स्वतः परमात्मा अमूर्त आहे, पण विश्व हे त्याचे मूर्त रूप आहे. विश्व आणि ईश्वर ही परमात्म्याची अनुक्रमे मूर्त आणि अमूर्त रूपे आहेत. भक्तीच्या दृष्टीने श्रीरामाची ती सगुण आणि निर्गुण रूपे आहेत. उपनिषद कालापासून योगमार्गाला महत्त्व आहे आणि योगशास्त्रात ईश्वराला महत्त्व आहे. योगी काय करतो? चित्तवृत्तींना अडवतो आणि समाधीरूप साधतो. ईश्वर हा पाप-पुण्य, अविद्या, रागद्वेष यांपासून दूर असतो आणि दुसरीकडे ज्ञानशक्ती, इच्छाशक्ती, क्रियाशक्ती, सर्वज्ञता अशा गुणांनी संपन्न असतो. हा कालातीत असा ईश्वर योग्याच्या हृदयात आपलेपणाने निवास करतो, योग्याला समाधीअवस्थेत मग्न करतो.

। आत्मबोध ।

परमात्मा अमूर्त परी विश्व त्याचेच मूर्त रूप ।
अमूर्त, असीम, अविकारी असे परमात्म्याचे रूप ॥
कालातीत ईश्वर वास करी योगी हृदयात ।
ईश्वराच्या ठायी योगी शेवटची विश्रांती घेत ॥

ओवी १२

जो नांवरूपा वेगळा । जो ये मायेहून निराळा ।
जेथे जाणिवेची कळा । सर्वथा न चले ॥१२॥

अर्थ : श्रीराम नामरूपांच्या गुणधर्माहून भिन्न आहे. मायेपासून अलिप्त आहे. माणसांमधील जाणण्याची शक्ती त्याच्या ठिकाणी मुळीच चालत नाही.

स्पष्टीकरण : आजूबाजूच्या वस्तू आपल्याला दिसतात. कारण त्यांचे स्वरूप जड असते. त्यांना बाह्यरूप असते; ठिकाण, काळवेळ यांचे बंधन असते. मग या वस्तूंचे अंतरंग कोणते, तर नाम म्हणजे वस्तूचे अंतरंग, जे सूक्ष्म असते. ते काळाच्या अधीन नसते. त्याला काळाचे बंधन नसते. नाम आणि रूप म्हणजे वस्तूची दोन अंगे होत. नामरूपाचे विश्व म्हणजेच अपरा प्रकृती. या प्रकृतीची आठ तत्त्वे आहेत. पंचमहाभूतांबरोबरच मन, बुद्धी आणि अहंकार यांनाही अपरा प्रकृती म्हणतात. कारण ही आठ तत्त्वे निर्माण होतात आणि नष्टही होतात. ती नाशवंत आहेत, हे जो संपूर्णपणे जाणतो, तोच अपरा शक्तिसंपन्न असतो. जे अनंत, निर्गुण आहे ते परमात्मस्वरूप होय. त्याला सगुण, साकार बनवणारी परमात्म्याची विलक्षण शक्ती म्हणजेच माया. हिलाच भगवद्गीता 'परा प्रकृती' म्हणते. प्रत्येक माणसात जाणीव असते, ती शक्ती आहे. माणूस मुळात सान्त असल्याने त्याच्या शक्ती सान्त असतात. म्हणूनच माणूस अनंत स्वरूपाला कोणत्याच शक्तीने गवसणी घालू शकत नाही.

। आत्मबोध ।

श्रीराम असे भिन्न, नामरूपाच्या गुणधर्माहून ।
आणि अलिप्त असे तो मायेही पासून ॥
वस्तूरूप असे बाह्यांग, जड, स्थल, काल अधीन ।
वस्तूनाम असे अंतरंग, सूक्ष्म ते नसे कालाच्या अधीन ॥
माणसातील शक्ती जाणण्याची, न चाले त्याच्या ठिकाणी ।
माणूस नाही घालू शकत अनंतरूपाला गवसणी ॥

ओवी १३

जेथे भांबावला तर्क । जेथे पांगुळला विवेक ।
तेथे शब्दांचे कौतुक । केवी घडे ॥१३॥

अर्थ : श्रीरामाच्या ठिकाणी तर्काने/अनुमानाने केलेला युक्तिवाद भ्रम पावतो, चुकीचा ठरतो. विवेकाची गती तिथे खुंटते. कारण रामाचे वर्णन शब्दांनी करता येत नाही.

स्पष्टीकरण : मनुष्य अनुभवातून शिकतो. ही पायरी ओलांडली की तर्कातून शिकतो. शिकतो म्हणजे ज्ञान मिळवतो. तर्क करणे हा माणसाच्या बुद्धीचा स्वभाव आहे. इंद्रिये बुद्धीला अनेक गोष्टी देतात. त्याची रचना करून बुद्धी अनुमान करते. याच्याच मदतीने माणसाने ज्ञान मिळवले, मिळवत आहे.

पण श्रीरामाचे रूप अतींद्रिय म्हणजेच इंद्रियांच्या पलीकडचे आहे. बुद्धी नामात आणि रूपात संचार करते. इथे मात्र ती गळून पडते. म्हणजेच इथे श्रीरामाच्य ठिकाणी अनुमानाने केलेला युक्तिवाद चुकतो. विवेकाच्या बाबतीत आपण असे म्हणतो की, माणसाच्या ठिकाणी सदसद्विवेक बुद्धी असते. चांगले काय आणि वाईट काय, हे जाणण्याची शक्ती म्हणजे विवेक. विवेक आत्म्यापासून अनात्मा वेगळा काढतो. अनात्मा म्हणजे, जो आत्मा नाही असा. हा शब्द बुद्ध धर्म आणि हिंदू धर्म यांच्या तत्त्वज्ञानात वापरला जातो. अनात्मा म्हणजे काय? जगामध्ये कोणतीच गोष्ट स्थायी किंवा अपरिवर्तनीय नाही. म्हणजेच जे काही आहे ते सतत बदलत असते, यात असे एकही तत्त्व नाही की जे एकच तसेच राहते. हिंदू धर्मानुसार अनात्मा म्हणजे गैर आत्मा. जे शाश्वत नाही ते अनात्म आहे. श्रीराम हा अंतर्बाह्य-आत्मरूप आहे. मग तिथे अनात्म्याचा संबंध येतच नाही. विवेकाचे कामच उरत नाही. अनुमान असो वा विवेक असो, दोन्ही घटक शब्दांच्या माध्यमातून व्यक्त होतात. श्रीरामाच्या स्वरूपात शब्दांचा खेळ चालत नाही, कारण अनुमान आणि विवेक तिथे गळून पडतात.

। आत्मबोध ।

श्रीराम आहे अंतर्बाह्य आत्मरूप ।
शब्दांच्या पलीकडे असे श्रीराम स्वरूप ॥

ओवी १४

जयालागी योगी उदास । वनवासी फिरती तापस ।
नाना साधनी सायास । जयाकारणें करितो ॥१४॥

अर्थ : परमात्मस्वरूप श्रीरामाचे दर्शन व्हावे, यासाठी लोक विरक्तपणे राहतात. त्याचसाठी एकांत मिळावा म्हणून तपस्वी लोक अरण्यवास पत्करतात.

त्याच्याचसाठी साधक लोक अनेक साधनांचे कष्ट करतात.

स्पष्टीकरण : सामान्य माणूस पंचभूतात्मक दृश्य वस्तूंकडे ओढला जातो. कारण सामान्य माणसाला वाटते की, या वस्तू आपल्या सुखाचे साधन आहेत. हा खरे तर गैरसमज असतो. तरी त्याचे मन पुन्हा पुन्हा भौतिक गोष्टींकडे ओढले जाते. या वस्तूंच्या अपेक्षा, इच्छा, ओढ, गरजा म्हणजे अनेक वृत्ती निर्माण होणे, हे आकर्षित होण्याचे स्वरूप असते. मात्र परमात्मस्वरूप श्रीरामाचे दर्शन व्हावे अशी ओढ ज्यांच्या मनात असते, ते लोक सांसारिक, भौतिक, दृश्य वस्तूंची हाव यांपासून दूर जातात. विरक्तपणे राहतात. आपल्या वृत्तींना ते रोखतात. वैराग्य धारण करतात.

सगळ्यांच्यात असलो की आपण सामान्य असतो. पण जेव्हा चित्तवृत्ती विरक्तीच्या असतात, तेव्हा या गर्दीतून दूर जावे, एकांत असावा असे वाटते. हा एकांत कुठे मिळेल, तर अरण्यात. जिथे माणसे नाहीत, त्यांच्या वृत्ती नाहीत. श्रीरामदर्शन व्हावे म्हणून योगी अरण्यात जातात. जगरहाटीतील व्यग्रता इथे टाळता येते. श्रीरामदर्शन घडवणारी अनेक साधने आहेत. जसे की, तप, ताप, सायास, जप, जाप्य. ही साधने अर्थात कष्टप्रद आहेत. साधक लोक असे कष्ट, कष्टदायक साधनेही करतात.

। आत्मबोध ।

सामान्य मनुजा वाटे, दृश्य वस्तू असती सुखाचे साधन ।
परी श्रीरामदर्शनाची ओढ योग्याला करी दूर यापासोन ॥१॥
करिती धारण विरक्ती, एकांतासाठी अरण्यात जाती ।
श्रीरामाचे दर्शन होण्या अनेक साधनांचे कष्टही करती ॥२॥

ओवी १५

ऐसा सर्वात्मा श्रीराम । सगुण निर्गुण पूर्णकाम ।
उपमाच नाही निरोपम । रूप जयाचें ॥१५॥

अर्थ : असा श्रीराम सर्वांचा अंतरात्मा आहे, आत्माराम आहे. तो मूर्तही आहे आणि अमूर्तही आहे. तो सर्वांगाने परिपूर्ण आहे. या दृश्य विश्वातील कोणतीच वस्तू त्याच्यासारखी नाही. म्हणून त्याचे रूप वर्णन करण्यास उपमाच देता येत नाही.

स्पष्टीकरण : श्रीराम म्हणजे आत्माराम. सर्वात्मा म्हणजे श्रीराम. तोच सर्वांचा अंतरात्मा आहे. श्रीसमर्थांचे उपासना दैवत श्रीराम होते, आणि गुरूही श्रीरामच होते. सामान्य माणसाला ईश्वराचे अमूर्त रूप कसे समजणार? ईश्वर जेव्हा मूर्तरूप धारण करतो, तेव्हा ते मानवरूप असते. यालाच सद्गुरू म्हणतात. गुरूंच्या रूपात ईश्वराच्या अध्यात्मशक्तीचे वैभव प्रकट होते. श्रीराम रूप जसे मूर्त आहे, तसे ते अमूर्तही आहे. आपण वावरत असणारे जग मूर्त आणि दृश्य असते, इंद्रियधारी असते. अमूर्तरूपाची कल्पना येण्यासाठी उपमा, दृष्टांत यांचा वापर केला जातो. अर्थात श्रीरामाचे अमूर्त, अनंत असे हे रूप वर्णन करण्यास तर्क, कल्पना, भाषा, भाषेतील अलंकार उपयोगी पडत नाही. कारण जे जाणवते, दिसते, अनुभवले जाते, त्याही पलीकडे श्रीरामाचे रूप असते. त्याच्यासारखा तोच, श्रीरामासारखा श्रीरामच आहे आणि हेच अंतिम सत्य आहे.

। आत्मबोध ।

श्रीराम असे सर्वांचा अंतरात्मा, आत्माराम ।
तर्क, कल्पना, भाषालंकार, यांत मावेना श्रीराम ॥

ओवी १६

आता वंदीन संत सज्जन श्रोते । जे कृपाळू भावाचे भोक्ते ।
माझी वचने पराकृतें । सांगेन तयांपासीं ॥१६॥

अर्थ : आता रसिक, दयावंत, कृपाळू, भावाचे भक्त असे संत सज्जन श्रोते यांना समर्थ रामदास वंदन करून आपले साधे मराठी बोलणे रसिकांपुढे मांडतात.

स्पष्टीकरण : जवळजवळ सर्व संतांनी आपले साहित्य लिहिताना आधी गणपती-ईश्वररूप, शारदा, गुरू आणि श्रोते यांना प्रणाम केला आहे. रामदासांनीही 'आत्माराम'च्या सोळाव्या ओवीत संत सज्जन श्रोत्यांना वंदन केले आहे. याआधी या ग्रंथाचे आत्मरूप काय आहे हे समजावे यासाठी आत्मा, अंतरात्मा, परमात्मास्वरूप ईश्वर आणि त्याचे अमूर्त, असीम, अनंत रूप, याविषयी विचार मांडणी केली आहे.

केवळ श्रोत्यांना समर्थ वंदन करतात का? तर नाही. श्रोत्यांचे वैशिष्ट्यही ते सांगतात. श्रोते संत आणि सज्जन आहेत. संत म्हणजे आत्मरूप ओळखणारा, आत्मसाक्षात्कारी व्यक्ती. सज्जन म्हणजे दुर्जन नाहीत ते! सात्विक, जिज्ञासू, सरळ स्वभावाचे, निर्मळ असे! इथे विशेष हे आहे की, जे स्वतः संतपदाला पोहोचले आहेत, जे स्वतः आध्यात्मिक अधिकार असलेले आहेत, ते समर्थ रामदासच संतसज्जनांना वंदन करतात. समर्थ संवेदनशील, जाणीव असणारे आहेत. ते आपल्या मनातला विचार, भाव, कल्पना, जाणिवा असणारी वचने प्राकृत भाषेत सांगतात. हेही महत्त्वाचे आहे. कदाचित ज्ञानदेवांनी सुरू केलेली ही सर्वसामान्यांपर्यंत ज्ञान पोहोचवण्याची परंपरा, इथे समर्थही आत्मसात करतात. सर्वसामान्यांना आत्मज्ञान मिळावे, हीच तळमळ इथेही आहे.

। आत्मबोध ।

असती कृपाळू, भावभोक्ते, संत, सज्जन ।
तया करिती समर्थ वंदन ।
असे आपुल्या मनातले आपले बोलणे ।
साध्या मराठीत मांडती, समर्थ आपुली वचने ॥

ओवी १७

तयांचे वर्णावे स्वरूप । तरी ते स्वरूपाचेचि बाप ।
जें वेदांसी सांगवेना रूप । ते जयांचेनि प्रकटे ॥१७॥

अर्थ : अशा संत सज्जनांचे वर्णन करणे खूप अवघड आहे. त्यांच्या स्वरूपाचे वर्णन कसे करावे, हाच मोठा प्रश्न आहे. वेदातील श्रुतींनाही या आत्मस्वरूपाचे वर्णन करता येत नाही. वर्णनापलीकडे असणारे आत्मस्वरूप प्रत्ययास येते, ते संतांमुळे. संतच हे आत्मस्वरूप आपल्या प्रत्ययाला आणून देतात.

स्पष्टीकरण : संतांचे वर्णन करणे अवघड आहे. कारण ते आत्मस्वरूपाहून सुद्धा श्रेष्ठ आहेत. मनातील भावभावना, कल्पना, विचार व्यक्त करण्यासाठी भाषा निर्माण झाली. आधी माणूस हावभावाच्या भाषेत बोलत होता. या हावभावांना शब्द

व्यक्त करू लागले. दृश्य वस्तू आणि दृश्य जगाचे अनुभव, भाषा स्पष्टपणे व्यक्त करू लागली. अर्थात यापुढे भाषेला जाता येत नाही. आत्मस्वरूप अदृश्य आहे. इंद्रियापलीकडे आहे. भाषा तिथे पोहोचत नाही. हे आत्मस्वरूप भाषेतून व्यक्त होऊ शकत नाही, मग श्रुती तरी त्याचे वर्णन कसे करणार? हे जरी खरे असले तरी इथे संतांचे कार्य सुरू होते. कारण संतांच्या ठिकाणी वेगळे सामर्थ्य असते. संत देहाने या जगात वावरत असतात. दृश्य जगात त्यांच्यामुळेच आत्मस्वरूप प्रत्ययाला येते. संत आपल्याला आत्मस्वरूपाचे दर्शन घडवतात.

। आत्मबोध ।

संत थोर असती आत्मस्वरूपात । संतांचे वर्णन करणे कठीण ।
म्हणून संत देती आपणा । आत्मस्वरूपाचा प्रत्यय आणून ॥

विषयप्रवेश

ओवी १८

आता शिष्या सावधान । ऐक सांगतो गुह्यज्ञान ।
जेणे तुझे समाधान । अंगी बाणें ॥१८॥

अर्थ : सद्गुरू म्हणतात, ''आता मी गूढ असे आत्मज्ञान तुला सांगतो. शिष्या, एकाग्र चित्ताने ते तू ऐक. त्या ज्ञानाने तुझ्या अंगी समाधान स्थिरावेल.''

स्पष्टीकरण : समर्थ शिष्यास सावधान होण्यास सांगतात. म्हणजे लक्ष एकाग्र करण्यास सांगतात. कारण इथे गुरू शिष्याला खूप वेगळे ज्ञान देणार आहे. हे ज्ञान अतींद्रिय आहे, म्हणजे इंद्रियगोचर नाही. कारण हे ज्ञान आत्म्याचे आहे आणि आत्मा अतींद्रिय आहे.

जे ज्ञान इंद्रियगोचर नसते, जे दिसत नाही, जे लपलेले असते, म्हणजेच ते ज्ञान गुप्त आणि गूढ असते. संतांना वेगळी दृष्टी असते. म्हणून अतींद्रिय गोष्टी त्यांना दिसतात, समजतात, जाणवतात. आत्मज्ञानाच्या प्रांतात ते सहज संचार करतात. शब्दांना मर्यादा असल्या, तरी शब्दांच्याच द्वारा गूढ-गुप्त-अतींद्रिय ज्ञान संत आपल्यापर्यंत पोहोचवतात.

हे ज्ञान आपण सहज ग्रहण कसे करू शकणार? त्यासाठी मनाची एकाग्रता हवी. तरच हे आत्मज्ञान अंतःकरणात स्थिर होईल. त्यानंतर समाधानाचा अनुभव घेता येतो. आपल्या मनाचे पूर्ण समाधान, हीच तर अध्यात्मातील अंतिम अवस्था आहे.

। आत्मबोध ।

आत्मा असे अतींद्रिय, तसे ज्ञान आत्म्याचे असे ।
इंद्रिय गोचर ते तसे, परी गुप्त आणि गूढ ते असे ॥१॥
संत असती अतींद्रिय दृष्टीसंपन्न, संचार आत्मज्ञानात करती ।
पोचवती आपणास ते ज्ञान, परी चित्त असावे एकाग्र त्याप्रती ॥२॥

ओवी १९

तुवा आशंका नाहीं घेतली । परंतु मज तुझी चिंता लागली ।
कां जे तुझी भ्रांति फिटली । नाहींच अद्यापि ॥१९॥

अर्थ : शिष्याला उद्देशून गुरू या ओवीत म्हणतात, की तुला काही शंका आली आहे, असे नाही; पण मलाच तुझी काळजी वाटते आहे. तुझा भ्रम अजून नाहीसा झालेला नाही, हे माझ्या काळजीचे कारण आहे, असेही गुरू शिष्याला सांगतात.

स्पष्टीकरण : भ्रम म्हणजे एखादी गोष्ट नसताना आहे असे वाटणे किंवा असताना ती नाही, असे मानणे. थोडक्यात मिथ्या ज्ञान. याला कारण अज्ञान. हरिणाला मृगजळ खरे वाटते आणि ते पाणी प्यायला जाते. पण तिथे पाणी नसते. आपलीही अवस्था तशीच असते. गंमत म्हणजे आपण अज्ञानी आहोत, हेच आपल्याला मान्य नसते. 'अज्ञानात सुख' म्हणतात, तसे आपण अज्ञानातही निवांत असतो. मात्र संत ज्ञानी असतात. त्यांना आपल्या अज्ञानी शिष्यांची ही अज्ञानी अवस्था पाहवत नाही. त्यांना अशा शिष्याची काळजी वाटते. याचे कारण जीवनातील दुःखाचा उगम अज्ञानातून होतो. जोपर्यंत शिष्य अज्ञानी असेल तोपर्यंत त्याला दुःख भोगावी लागतील हे संत जाणतात.

त्याचे अज्ञान घालवण्याचा ते प्रयत्न करतात. त्यासाठी संतांनी अतोनात प्रयत्न केलेले दिसतात.

। आत्मबोध ।

अज्ञानाची जाणीव नसणे, अज्ञानातही निवांत जगणे ।
दुःखाचे मूळ अज्ञान असे, ते असे तोवरी जगण्यात दुःख भोगणे ॥

ओवी २०

दासबोधीचे समासी । निर्मूळ केले मीपणासी ।
तया निरूपणेहि वृत्तीसी । पालट दिसेना ॥२०॥

अर्थ : दासबोधाच्या समासात 'मी'पणाचा समूळ उच्छेद केला आहे. त्या विवेचनाने देखील शिष्याच्या वृत्तीत काही बदल झालेला दिसत नाही.

स्पष्टीकरण : 'मी'पणा म्हणजे अहंभाव, अहंकार. सर्वांचे मूळ मी आहे आणि निर्माणही माझ्यामुळेच आहे असे वाटणे. सर्वांचे श्रेय माझेच आहे असे मानणे म्हणजेच अहंभाव. जर काही अपयश आले, तर माझ्या विचाराने वागले नाही, म्हणून असे मानणे. थोडक्यात मी आहे म्हणून जग आहे, ही वृत्ती म्हणजेच 'मी'पणा आहे. जेथे 'मी'पणा असतो, तेथे मला हवे/नको पण असते. जेव्हा आत्मस्वरूपाची आठवण राहात नाही, तेव्हा अविद्या प्रकट होते. अज्ञानातून, अविद्येतून 'मी'पणाचा जन्म होतो. यात वासना असते. वासना आली की ती पूर्ण करण्यासाठी, भागवण्यासाठी काही करणे आलेच.

दासबोधाच्या समासात 'मी'पणाचा समूळ उच्छेद केला आहे. एकवीस समासी जुन्या दासबोधात तेराव्या समासाचा संदर्भ दिला आहे. संतांनी वापरलेला 'मी'पणा हा शब्द सान्तपणा, देहबुद्धी या अर्थाने वापरला आहे. मी ब्रह्म आहे, असे ईश्वर जाणतो. मी शरीररूप आहे असे जीव मानतो. जिथे देहबुद्धी आहे, तिथे जीव जगाकडे स्वार्थाने, हवे/नको या वृत्तीने वागतो. अशी मागणी करणाऱ्या अंतःकरणाला 'मी'पणा म्हणतात.

समर्थ म्हणतात की, दासबोधाच्या या 'मी'पणाच्या समूळ नष्टतेच्या विवेचनानेही शिष्याच्या वृत्तीत बदल झालेला दिसत नाही. 'मी'पणातून निर्माण

झालेली वासना बदलली की वृत्तीत बदल होतो. 'मी'पणा क्षीण होऊ लागतो. हळूहळू 'मी'पणा संपूर्णपणे जातो. आत्मदर्शन होते. वृत्ती निवृत्त होतात. ज्ञानी पुरुष असा असतो. त्याला आत्मदर्शन झाल्याने त्याच्या वृत्ती निवृत्त झालेल्या असतात, वृत्तीरहित अवस्थेत तो कायम असतो.

। आत्मबोध ।

मी ब्रह्म आहे, असे जाणतो ईश्वर ।
जीव मानतो, मी आहे शरीर ॥
मीपणातून निर्माण होते वासना ।
ज्ञानाने जीव होई ज्ञानी पुरुष ।
होई तो निवृत्त वा वृत्तीरहित ॥
मीपणा जाऊन संपूर्ण होई आत्मदर्शन ॥

ओवी २१

म्हणोनि न पुसतां सांगणें । घडलें शिष्या तुजकारणें ।
आता तरी सोये धरणें । श्रवण मननाची ॥२१॥

अर्थ : म्हणून हे शिष्या! तुझ्या कल्याणासाठी तू काहीही न विचारता तुला सांगण्याची वेळ आली आहे. आता तरी तू श्रवण, मनन यांचा आश्रय घे.

स्पष्टीकरण : गुरूशिष्य हे एक वेगळे नाते आहे. यात एक ज्ञान देणारा आहे आणि दुसरा ज्ञान घेणारा असतो. शिष्याच्या मनात अनेक प्रश्न असतात. काहींची उत्तरे तो शोधतो. ज्यांची उत्तरे मिळत नाहीत, त्या शंका, तो गुरूंना विचारतो. शिष्याला ज्ञान मिळत जाते. मात्र शिष्याने प्रश्न विचारल्याशिवाय गुरूंनी आपणहून ज्ञान द्यायचे नाही, असा दंडक आहे. जो समर्थ इथे मोडतात. संतांना शिष्याच्या कल्याणाची इतकी तळमळ असते, की कधीकधी गुरू शिष्याची जिज्ञासा व्यक्त होण्याआधीच ज्ञानदान करू लागतात. शिष्याने श्रवण करावे, मनन करावे म्हणजे जे श्रवण केले आहे, ते मनात साठवावे, त्यावर चिंतन करावे, अशी अपेक्षा असते.

संतांचा माणसाच्या बुद्धीवर म्हणजे विवेकशक्तीवर विश्वास असतो. कारण बुद्धी ही सत्याला मानते आणि आत्मज्ञान सत्य आहे. संतांना जाणवलेले हे सत्य, संत सतत सांगत राहतात. माणसाने अखंड श्रवण केले, तर आपोआप त्याचे मनन सुरू होते. मननातून निदिध्यास सुरू होतो. त्याचे रूपांतर आत्मदर्शनात घडून येते. म्हणून श्रवण, मननाच्या मागे लागावे, असा आग्रह समर्थ धरतात.

। आत्मबोध ।

बुद्धी सत्याची धरते कास आणि सत्य हेही आत्मज्ञान ।
संत सांगती सत्याबद्दल, करावे त्याचे श्रवण आणि मनन ॥
मननातून होतो निदिध्यास, आत्मदर्शनात त्याचे पर्यावसन ।
समर्थांचा आग्रह आहे म्हणोन लागावे मागे, करावे श्रवण, मनन ॥

ओवी २२

चातकपक्षी वरीचा वरी । चंचु पसरून थेंबुटा धरी ।
जीवन सकळही अव्हेरी । भूमंडळीचें ॥२२॥

अर्थ : चातक पक्षी पृथ्वीवरचे पाणी प्यायचे सोडून, आकाशातला पावसाचा थेंब वरच्या वर चोचीत पकडतो. त्यासाठी तो चोच उघडी ठेवतो आणि पाणी पितो. तो या पृथ्वीवरील सर्व जलाचा त्याग करतो.

स्पष्टीकरण : श्रीसमर्थ इथे चातक पक्ष्याचा दृष्टांत देतात. जमिनीवर खूप पाणी असते. पण कितीही तहान लागली तरी ते पाणी चातक पक्षी पीत नाही. आकाशाकडे तो आपले तोंड करून बसतो आणि चोच उघडून ठेवतो. आकाशातून थेट येणारे पाण्याचे थेंब तो आपल्या चोचीत घेतो. आकाशातून पडणारा पावसाचा थेंब खाली पडू नये म्हणून चातक एकाग्र होतो. ज्याप्रमाणे चातक आकाशातल्या पाण्याची वाट पाहतो, त्याप्रमाणे शिष्यानेही एकाग्र व्हावे आणि आपल्या गुरूंचे बोलणे श्रवण करावे. एकाग्र मनाने जेव्हा श्रवण होते, तेव्हा अध्यात्मात ते साधन म्हणून शिष्याच्या उपयोगी पडते.

आपण लक्षपूर्वक ऐकतो त्याचा परिणाम मन आणि बुद्धीवर खोलवर होतो. ज्ञान शब्दांच्या माध्यमातून कानामधून आत शिरते. या ज्ञानानेच माणसाच्या अंतरंगाचा विकास घडून येतो. अध्यात्मात सद्‌गुरूंकडून जे श्रवण करायचे ते तन्मयतेने, उत्कटतेने आणि एकाग्रतेने कसे करावे, हे समजण्यासाठी श्रीसमर्थ चातक पक्ष्याचे उदाहरण देतात.

। आत्मबोध ।

चातक ठेवी पसरोनी चोच । तयात थेंब साठवी आकाशीचा ।
तैसे एकाग्र करावे चित्त । शिष्याने ऐकावा शब्द सद्‌गुरूंचा ॥
चातक नाही पीत पाणी जमिनीवर सांडलेले ।
पावसाचे थेंब पितो तो आकाशातून पडलेले ॥

ओवी २३

तैसा शब्दवरुषाव होता । असों नेदावी वेग्रता ।
श्रवणपुटी सामावितां । मनन करावे ॥२३॥

अर्थ : याप्रमाणे सद्‌गुरूंकडून शब्दांचा वर्षाव सुरू झाला, की मन तेथे एकाग्र करावे. व्यग्रता म्हणजे लक्ष इतर कुठल्या गोष्टीकडे भरकटू न देणे होय. गुरूकडून येणारे शब्द आपल्या कानात भरून घ्यावे आणि मग त्यांच्यावर विचार करावा.

स्पष्टीकरण : चातकाप्रमाणे एकाग्र व्हावे आणि सद्‌गुरूंचे शब्द ऐकावे, हे सांगितल्यावर समर्थ म्हणतात, की सद्‌गुरूंकडून शब्दांचा वर्षाव सुरू होईल. हे शब्द म्हणजे दिव्य वाणी. या शब्दांची निर्मिती 'परा'वाणीतून होते. त्यासाठी जी दिव्यशक्ती लागते, ती गुरूंच्या ठिकाणी असते. सद्‌गुरू शब्दांचा वर्षाव मुक्तपणे करत असतो. सद्‌गुरू ईश्वराशी एकरूप झालेला असतो.

कानाने ऐकलेले मनात, हृदयात, चिंतनात साठवायचे असते. त्यावर विचार करायचा असतो. त्यासाठी इतर गोष्टींकडे लक्ष भरकटू द्यायचे नसते. इतर विचार मनात येऊ द्यायचे नसतात. ऐकलेले सोडून द्यायचे नसते. ऐकलेल्याचे ज्ञानात

रूपांतर होण्यासाठी, त्यावर हेतुपूर्वक विचार करायचा असतो. यालाच चिंतन-मनन असे म्हणतात. त्याने ज्ञान आत्मसात होते.

। आत्मबोध ।

करावे चित्त एकाग्र । सद्‌गुरू करती शब्दांचा वर्षाव ।
घ्यावे कानी भरून । करावा विचार, चिंतन, मनन ॥

ओवी २४

लागवेग जाणोन शब्दाचा । आवांका पाहावा मनाचा ।
शब्दाआंतील गर्भाचा । सांटावा घ्यावा ॥२४॥

अर्थ : सद्‌गुरूंच्या शब्दाचा संदर्भ ओळखावा. त्या शब्दाचा हेतू काय आहे, तो पाहावा. मग त्या शब्दांत जो अर्थ अभिप्रेत आहे, त्याचा सारांश मनात साठवावा.

स्पष्टीकरण : या ओवीत रामदासस्वामी शब्द, शब्दाचा अर्थ, बोलणाऱ्याचा हेतू यांविषयी बोलतात. या घटकांचा विचार न करता जर शब्द नुसताच ऐकला तर तो योग्य ठरणार नाही. वरील गोष्टींचा विचार करून मगच शब्दाच्या अर्थाचा सारांश मनात साठवावा.

आपली नेहमीची भाषा व्यावहारिक जगाचा अर्थ सांगेल, ती दैनंदिन जीवनासाठी उपयोगी आहे. आपले दैनंदिन अनुभव इंद्रियगोचर आहेत. आत्मानुभवाचा प्रांतच वेगळा, तो अतींद्रिय म्हणजे इंद्रियांना समजण्याच्या पलीकडचा असतो. तरीही संतांना त्यांचा आत्मानुभव सांगण्यास हे शब्द, भाषा वापरावी लागते. रामदासस्वामी इथे महत्त्वाचा विचार मांडतात. शिष्य जे ऐकणार आहे, ते संतांचे शब्द आहेत. संत जे बोलतात, तो आत्मानुभव असतो. यात आत्मरूपाचे वर्णन असते. साहजिकच त्यांच्या शब्दाचा अर्थ लावताना, आधी संदर्भ लक्षात घेतला पाहिजे. एवढ्यावर थांबून चालणार नाही, तर संतांनी हे शब्द का वापरले आहेत, त्यांचा हेतू काय आहे, हे समजून घेतले पाहिजे. संदर्भ, हेतू सोडून जर अर्थ घेतला तर कदाचित मूळ गर्भितार्थ हरवेल. आत्मसाक्षात्कार-आत्मानुभव-आत्मस्वरूप-आत्मज्ञान यांचे तत्त्वज्ञान स्वतंत्र आहे, सर्वांगपरिपूर्ण

आहे. हे लक्षात न घेता जर अर्थ घेतला तर त्यांच्या मनात नसणारा, त्यांना अभिप्रेत नसणारा अर्थच आपण घेऊ. त्या शब्दांचे वेगळेच अर्थ आपण घेऊ, चुकीचे अर्थ घेऊ. संदर्भच माहीत नसेल तर योग्य अर्थ समजणे आणि मग त्याचा सारांश मनात साठवणे, हे घडणारच नाही. यासाठीच संतांच्या शब्दातील गूढ गर्भितता समजून घ्यायला हवी.

। आत्मबोध ।

शब्द, शब्दाचा अर्थ । हेतू बोलणाऱ्याचा ॥
जर घेतला शब्द । विचार न करता संदर्भ आणि हेतू याचा ॥
तर गर्भितार्थ हरवेल । त्या शब्दाचा ॥

ओवी २५

अरे तूं कोण कोणाचा । कोठोनि आलासी कैंचा ।
ऐसा विचार पूर्वींचा । घेई बापा ॥२५॥

अर्थ : अरे बाबा, तू कोण आहेस? कोणाचा आहेस? तू इथे कोठून आलास? कसा आलास? अरे बापा, माझ्या शिष्या या प्रश्नावर विचार कर. उत्तरे शोध. या प्रश्नांवर आधीच सांगितलेले विचार मनात आण.

स्पष्टीकरण : विज्ञान माणसाला जगाचे ज्ञान करून देते. शोध लावणे, शोधून काढणे आणि नव्याने काही सिद्ध करणे, हे विज्ञानातून घडते. ज्ञान मिळवणे हे मानवी जीवनाचे मर्म आहे. कारण माणूस हा बुद्धी असलेला प्राणी आहे. आत्मज्ञान माणसाला स्वतःचे ज्ञान करून देते, 'मी'चे ज्ञान करून देते, आत्मतत्त्वाचे ज्ञान करून देते.

ज्ञान हे जिज्ञासेत, उत्सुकतेत उगम पावते. आपल्याला अनेक गोष्टी समजून घ्यायच्या असतात. का? कोठे? कसे? केव्हा? किती? कोणी? असे सहा 'क' कार माणसाला ज्ञानाचे दार उघडून देतात. हे प्रश्न जसे विज्ञानाचे आहेत, तसे ते आत्मज्ञानाचेही आहेत. या प्रश्नांची उत्तरे शोधण्यासाठी सद्गुरूंकडून प्राप्त झालेल्या ज्ञानाचे श्रवण आणि मनन हवेच. शिष्याने या प्रश्नांच्या मागे लागावे

आणि या प्रश्नांच्या उत्तरासंदर्भात जे विचार सांगितले आहेत ते आठवावे, त्याचा आशय आठवावा.

। आत्मबोध ।

जग केव्हा झाले, कसे झाले, कोठून काय झाले ।
विज्ञानाने यांचे उत्तर दिले ॥
मी कोण, कोणाचा, आलो कोठून, कसा आलो नाही माहिती ।
जाणार कोठे, या समस्या आत्मज्ञानाच्या असतो ॥
विज्ञान देते जगाचे ज्ञान, आत्मज्ञानही देते 'मी'चे ।
ज्ञान वा आत्मज्ञानाचा उगम विज्ञानात असे ॥

ओवी २६

अरे त्वां जन्मांतर घेतले । काय मानितोसि आपुलें ।
ऐसै तुवां विचारिलें । पाहिजे आता ॥२६॥

अर्थ : श्रीसमर्थ या ओवीत असे सांगतात, ''अरे तू आत्तापर्यंत अनेक जन्म घेतलेस. जे तू आपले आपल्या मालकीचे समजतोस ते खरेच तसे आहे का, याचा शोध आता तुला घेतला पाहिजे.''

स्पष्टीकरण : श्रीसमर्थांनी येथे अध्यात्मातील विचारपद्धती सांगितली आहे. आपल्या प्रत्येकाला इतिहास आहे, म्हणजे आपला भूतकाळ आहे आणि भविष्यकाळही आहे. वर्तमानात प्रत्येकजण जगत असतो. पुनर्जन्म मानताना असे विचार मांडले जातात की, आत्ताच्या जन्मापूर्वी माणसाने अनेक जन्म घेतलेले असतात. या जन्मी त्याला मुक्ती मिळवावी लागते. नाहीतर त्याला अधिक जन्म घ्यावे लागतात. आपले शरीर हे आपले आहे, असे तो मानत असतो. एवढ्यावर थांबत नाही, तर या देहाशी संबंधित ज्या व्यक्ती आहेत, ज्या वस्तू आहेत, त्याही आपल्या आहेत असे तो मानतो. यामुळे सुखदुःख भोगावी लागतात. आपले काहीच नसते. तरी सगळे काही माझे आहे, असे माणूस मानायला लागतो. हे जग सोडताना

माणसाला सारे काही सोडून जावे लागते, अशावेळी त्याची मानसिक ओढाताण होते, त्याला त्रास होतो. म्हणूनच सत्य काय आहे, याचा शोध घ्यायला हवा.

। आत्मबोध ।

प्रत्येकाला असे भूतकाळ । तसा भविष्यकाळ ।
प्रत्येकजण जगतो वर्तमानकाळ । असे जाणावे ॥
सगळे माझे, मी सगळ्यांचा । असे मानतो आपण ।
परी काहीच नाही माझे । याचा विचार न करी ॥
नाही शरीर आपुले । नाही व्यक्ती आपुल्या ।
नाही वस्तु आपल्या । म्हणून भोगी सुखदुःख ॥

ओवी २७

येथे तुझे कांहींच नाहीं । भुलला आहेस काई ।
चुकोनि आलासि, जाई । जेथीचा तेथें ॥२७॥

अर्थ : समर्थ सांगतात, माणूस या जगात येतो. आपले म्हणता येईल असे त्याचे येथे काहीच नाही. गैरसमजुतीने आपण वस्तू, व्यक्ती यात गुंतून पडतो. खरे तर काही तरी प्रमाद घडला आणि आपण चुकून या जगात आलो. त्यामुळे आपण आपल्या मूळ ठिकाणास परत जाणारच आहोत.

स्पष्टीकरण : आपण सामान्य माणसे! इथे जगताना, वावरताना आपल्याला प्रत्येक गोष्टीत आसक्ती असते. हे माझे, ते माझे असे म्हणून आपण संचय करतो. प्रत्येक गोष्ट माझी आहे, मी मिळवलेली आहे, जे माझ्याजवळ नाही ते मला हवेच, असा आपला हव्यास असतो. यातच आपला जीव अडकतो. सोडायचे असते, पण सोडवत नाही. सगळ्यात जीव गुंततो. यालाच 'मोह' म्हणतात. मोह म्हणजे अर्थातच षड्रिपूंपैकी एक शत्रू.

खरे पाहता हा सगळा प्रमाद आहे. आपण या जगातच कसे आलो, तर आपल्याकडून काही तरी चूक घडली. म्हणून खरे तर जीवाचे मूलस्थान निराळेच

आहे. याचा विसर आपल्याला पडला आहे, म्हणून असे घडते आहे. त्यामुळे आपल्या मूळ ठिकाणास आपल्याला जायला हवे.

। आत्मबोध ।

हे माझे, ते माझे, परी माझे काहीच नाही ।
मूलस्थान निराळे आहे, त्या ठिकाणास जाई ॥

ओवी २८

तू समर्थाचें लेकरूं । अभिमानें घेतला संसारु ।
अभिमान टाकिता पैलपारू । पावशील बापा ॥२८॥

अर्थ : खरे पाहता जीव हा सर्व शक्तिमान ईश्वराचे मूळ आहे. पण अहंकार धारण केल्याने तो संसार चक्रात अडकला. त्याने जर अहंकार टाळला, तर या संसाराच्या चक्रातून तो बाहेर पडेल.

स्पष्टीकरण : ईश्वर हा अमूर्त, असीम व अनंत आहे. जीव हा मूर्त, सीमित आहे. ईश्वर हा चिद्, चिन्मय, स्फुरणरूप आहे. जीव म्हणजे काय? ईश्वराचे हे चिन्मयरूप 'मी'पणाने सीमित होऊन जाते, ते जीवरूपात. या जिवाला काळाचे बंधन आहे. कालप्रवाहात जीव वाहात असतो. ईश्वराचे रूप सान्त म्हणजे प्रसन्न आहे. सान्त म्हणजे शांतपणे, ज्याचा शेवट होतो असे. संसारातला प्रत्येक पदार्थ सान्त आहे. माणूस हा ईश्वराचे सान्त म्हणजे सीमित रूप आहे. जीव हा ईश्वराचा एक लहानसा अंश आहे, पण हा जीव जेव्हा अहंकार धारण करतो, तेव्हा तो संसारचक्रात अडकतो. या जीवाने अहंकार टाळून, संसार चक्रातून बाहेर पडले पाहिजे. अहंकारामुळे जे कालातीत आहे, तेही काळाच्या बंधनात अडकते. अहंकार नष्ट झाला की काळाचे स्वामित्व आपोआप संपते.

। आत्मबोध ।

जीव असे ईश्वराचे मूळ शक्तिमान । परी अडके संसार चक्री ।
झटकावा अहंकार । काळाचे स्वामित्व संपे आपोआप ॥

ओवी २९

ईश्वरापासोन जालासि । परी तू तयासी चुकलासी ।
म्हणोनि हे दुःख भोगिसी । वेगळेपणे उत्कट ॥२९॥

अर्थ : खरे तर जीव ईश्वरापासून निर्माण झाला, पण तो ईश्वरालाच विसरला. त्यामुळे जिवाला दुजेपण आले. ईश्वरापासून वेगळा झाल्यामुळेच, जिवाला जीवनात तीव्र दुःख भोगावे लागते.

स्पष्टीकरण : व्यवहारात आपल्याला सुखदुःखे अनुभवायला येतात. दोन्हींचे कारण आपण स्वतःच असतो. तुकाराम महाराज म्हणतात, 'सुख पाहता जवापाडे, दुःख पर्वताएवढे।' माणूस हे सुखदुःख कवटाळतो. दुःखाचे स्मरण जास्त करतो, मग त्याला दुःख मोठे वाटू लागते. माणसाला वाटते, आपण सुखात असावे. तो देवाकडे 'सुखी ठेव' हेच मागणे मागतो. आपल्या जगात सुखाचा अर्थ भौतिक सुखांशी, आर्थिक सुखाशी निगडित असतो. यात अपेक्षा वाढत जातात आणि अपयश मिळते तेव्हा माणूस दुःखी होतो. सुख-दुःख दोन्हीही गोष्टी खरे तर क्षणिकच.

कायम सुख हवे असे वाटते, पण ते मिळत नाही. कधीच दुःख नको, पण तसेही घडत नाही. यासाठी सारा अट्टाहास करूनही जिवाला दुःखच प्राप्त होते. हे असे होते, कारण जीव ईश्वराला विसरतो, तो ईश्वरापासून वेगळा होता. त्यामुळेच दुःख निर्माण होते. अहंकार हा वेगळेपणाचे, ईश्वरापासून दूर झाल्याचे दृश्य रूप आहे. वेगळेपणा नष्ट झाला, तर जीव ईश्वररूप होईल, आनंदस्वरूप होईल, ईश्वराशी एकरूप होईल.

। आत्मबोध ।

जीव ईश्वरापासून निर्माण । परी विसरे ईश्वराला ।
म्हणून वेगळेपण आले । जीवनी दुःख भोगू लागला ॥
जिवाला हाव सुखाची । दुःख जीवनी नको वाटे ।
जीव विसरे ईश्वराला । म्हणोनी पसरले दुःख सारे ॥

नाशवंताचे समर्पण

ओवी ३०

त्यागिसी सकळ वैभवाला । आणि विश्वाससी माझिया बोला ।
तरि मी घालीन रे तुजला । जेथील तेथें ॥३०॥

अर्थ : समर्थ रामदास म्हणतात, की शिष्याने प्रथम स्वतःच्या साऱ्या प्रापंचिक ऐश्वर्याचा त्याग करावा. स्वामींचे बोलणे खरे मानावे. मग स्वामी खात्री देतात की, ते शिष्याला त्याच्यातील मूळ स्थानापर्यंत नेऊन पोहोचवतील.

स्पष्टीकरण : नेहमीच्या जीवनात माणूस पैसा मिळवतो, साठवतो. जमीनजुमला-घरदार यावर खर्च करू लागतो. प्रपंचाची उभारणी होते. मुलेबाळे यात माणूस रमू लागतो. त्यातले सुखदुःख अनुभवू लागतो.

कधी त्याला आनंद होतो. कधी तो दुःखी होतो. यातून बाहेर पडायला हवे. प्रपंचातील समृद्धीचा त्याग करायला हवा. कारण अध्यात्म जीवनात ईश्वरदर्शन होण्यासाठी त्याग आणि श्रद्धा यांची आवश्यकता असते. ईश्वररूप सूक्ष्म आहे. त्याच्यापर्यंत पोहोचायचे असेल तर आपल्यालाही तसे सूक्ष्म व्हायला हवे.

नेहमीच्या जीवनात आपण देव पूजतो. कर्मकांड करतो, पण त्याबद्दल देवाकडूनही आपण सुखसमृद्धीच्या अपेक्षा करू लागतो. खरे ईश्वररूप आपल्याला माहीत नाही. ज्याला हे ईश्वररूप दर्शन झाले आहे, त्याच्या बोलण्यावर विश्वास, श्रद्धा ठेवून मार्ग चालायला हवा. ईश्वरदर्शनाची आस लागते, तेव्हा श्रीसमर्थांसारखे महात्मे मार्गदर्शन करायला तयार असतात. ते माणसाला त्याच्या मूळ स्थानापर्यंत नेऊन पोहोचवतात.

। आत्मबोध ।

करावा त्याग ऐश्वर्याचा । त्यागावी सत्ता, संपत्ती, संतती ।
ईश्वरदर्शनाची तळमळ चित्ती । तया मार्गदर्शनाची हमी, स्वामी देती ॥

ओवी ३१

तुझे अढळपद गेले । तुज मायेनें वेढां लाविलें ।
तें जरी तुझें तुज दिधलें । तरी मज काय देसी ॥३१॥

अर्थ : जिवाने आपले निश्चल आणि शाश्वत स्थान गमावले आहे. मायेने त्यास फसवून गुंतवले आहे. श्रीसमर्थ विनोदाने त्यास म्हणतात, ''तुझे अढळ स्थान जर तुला परत दिले, तर तू मला काय देशील?''

स्पष्टीकरण : आपण सामान्य माणसे मोह-माया-लोभ यात अडकतो. आजूबाजूच्या वस्तूत जीव गुंतून जातो. या मोहमायेतून सोडवायला वेगळी शक्ती लागते. मात्र यात जीव अडकल्याने जिवांचे शाश्वत, मूलस्थान जाते. कारण या निवासस्थानापासून तो दूर जातो. अशी शक्ती संतांकडे असते, जी जिवाला यातून सोडवते. मात्र त्यासाठी जिवाची तयारी लागते. दृश्याबद्दलचे प्रेम सोडण्याची जिवाची वृत्ती म्हणजे जिवाला मोहमायेतून मोकळे होण्यासाठी असणारी जिवाची अनुकूलता. एरवी जिवाला काही मिळवायचे असेल, तर अर्थदान करावे लागते. पैसे मोजावे लागतात.

स्वस्वरूपाच्या ज्ञानासाठी मात्र अशी व्यवहारातली किंमत द्यावी लागत नाही, तर दृश्य जगाचा त्याग करणे, त्यासाठी सिद्ध होणे हीच किंमत असते. मुळात जिवाने यासाठी अनुकूलता दाखवणे हेच गरजेचे आहे.

। आत्मबोध ।

मोहमायेत अडकतो जीव । दूर जाई मूलस्थानापासोन जीव ।
यातून बाहेर पडण्यास । दृश्य जगाचा करावा लागेल त्याग त्यास ॥

ओवी ३२

जितुकें कांही नासोन जाईल । जें अशाश्वत असेल ।
तुज समागमें न येईल । तितुकेंच द्यावें मज ॥३२॥

अर्थ : जे काही खराब होणारे, नष्ट होणारे, नासणारे असेल, कायम न टिकणारे असेल, अंतकाळी हे जग सोडताना जे जे काही आपल्या बरोबर येणारे नसेल, ते सर्व सद्‌गुरूंना स्वतःच्या मनाने द्यावे.

स्पष्टीकरण : आपल्या आजूबाजूला असणाऱ्या वस्तू कधीतरी नाश पावतात. जे जे दृश्यरूप आहे, ते ते नाशवंत आहे. जगाच्या पसाऱ्यात दोन प्रकारच्या वस्तूंचे मिश्रण आढळते. एक म्हणजे आत्मवस्तू आणि दुसरे अनात्मवस्तू. आत्मवस्तू या शाश्वत, चिरंतन आहेत. अनात्मवस्तू मात्र स्थूल असतात, दृश्य आणि अशाश्वत असतात. आत्म-अनात्म विवेकाने, सद्-असद् विवेकाने, दृश्य वस्तू बाजूला केल्या, तरच मनाला आत्मवस्तूंचे चिंतन करता येते. तिचे दर्शन घेण्याची क्षमता, पात्रता, शक्ती मिळते. म्हणून अशा नाशवंत वस्तू मनातून बाजूला कराव्या. त्या वस्तू सद्‌गुरूंच्या ताब्यात देऊन टाकाव्या. आपल्यासोबत या अंतात काहीच येत नाही. जे येणारे नाही ते बाळगायचे त्याऐवजी सुपूर्द करावे.

। आत्मबोध ।

जे जे असेल नाशवंत । ते ते असे स्थूल, जड, दृश्य ।
जे जे असे आत्मवस्तू । ते ते असे शाश्वत, चिरंतन आणि अदृश्य ॥
जे नाशवंत ते करावे नजरेआड । गुरूंच्या सुपूर्द ।
ते नाही येणार सोबत । आत्मज्ञानाच्या प्रदेशात ॥

ओवी ३३

मजहि तें काय करावें । परी तुजपासून टाकवावें ।
तुला टाकिलें तरी न्यावें । तुज समागमें ॥३३॥

अर्थ : शिष्याच्या अशाश्वत वस्तू गुरूंना हव्या असतात, असे मुळीच नाही. शिष्याकडून त्यांचा त्याग घडावा, हाच गुरूंचा हेतू असतो. शिष्याने जर त्यांचा त्याग केला, तर गुरू त्याला आपल्याबरोबर ईश्वरापर्यंत घेऊन जातात.

स्पष्टीकरण : अशा गोष्टी गुरू शिष्याकडून करवून घेतात की, ज्यामुळे शिष्य ईश्वरमार्गी लागेल. त्याला ईश्वराचे दर्शन घेता येईल. हा प्रवास अंतरंगातून असतो. शिष्य आधी देहबुद्धीने अनेक अशाश्वत गोष्टी जमवतो. या वस्तू स्थूल, जड असतात. गुरू त्या शिष्याकडून मागून घेतात. शिष्याने त्याचा त्याग करून ईश्वरमार्गी प्रस्थान करावे. शिष्य देहबुद्धीतून आत्मबुद्धीत प्रवेश करू इच्छितो किंवा शिष्याला तसा प्रवेश करायचा असतो.

आपल्याला जिथे जायचे आहे, त्या ठिकाणाचा रस्ता जर आपल्याला माहीत नसेल, तर ज्याला त्या ठिकाणचा रस्ता माहीत आहे, त्याला विचारावे लागते. त्याच्याबरोबर प्रवास करावा लागतो. त्याप्रमाणे शिष्याला हृदयस्थ ईश्वराचे दर्शन घ्यायचे असते. हा प्रवास अंतरंगातील असतो. या प्रवासात शिष्य स्थुलातून सूक्ष्मात जातो. अनेक प्रकारचे अनुभव शिष्याला येतात. हे अनुभव सूक्ष्म आणि गूढ असतात. यातून संत आणि सद्गुरू गेलेले असतात, त्यामुळे ते शिष्याला योग्य मार्गदर्शन करतात, ईश्वरापर्यंत घेऊन जातात.

। आत्मबोध ।

शिष्याने करावा त्याग अशाश्वत वस्तूंचा म्हणून गुरू त्या घेतो ।
शिष्याकडून त्यांचा त्याग करवून गुरू ईश्वरापर्यंत त्यास नेतो ॥

ओवी ३४

अरे भूषण भिक्षेचें सांडिले । आणि राजपद प्राप्त जालें ।
तरी तुझें काये गेलें । सांग बापा ॥३४॥

अर्थ : एखादा मनुष्य भीक मागून जगतो आणि त्यातच भूषण मानतो. त्याला राजपद प्राप्त झाले, तरी त्यामुळे त्याचे नुकसान होते का?

स्पष्टीकरण : एखाद्या गोष्टीची माणसाला इतकी सवय होते की, ती गोष्ट अयोग्य असली तरी त्यात त्याला काही वावगे वाटत नाही. एकदा का भीक मागून जगायची सवय झाली की, माणूस त्यातच रमतो, तसेच जगतो, त्यातच आनंद मानतो. जरी त्याला राजपद प्राप्त झाले, तरी त्याला त्याचे काहीच वाटत नाही.

माणसाचा जीव सुख भोगतो ते विनाशी वस्तूंतून, पण त्याचे लक्ष जर ईश्वराकडे गेले असेल, तर सुख त्याच्या स्वाधीन असते. तो स्वतः राजा बनतो.

। आत्मबोध ।

सवय होते भीक मागण्याची । भीक मागूनच जगण्याची ।
सवय त्यातच रमण्याची । होई मनुष्या ॥
माणूस सुख भोगतो । विनाशी वस्तूतून ।
लक्ष त्याचे ईश्वराकडे जाता । होई सुख स्वाधीन ॥

ओवी ३५

नाशवंत तितुकेंचि देसी । तरी पद प्राप्त निश्चयेंसी ।
त्यामध्ये लालुच करिसी । तरी स्वहित न घडे ॥३५॥

अर्थ : जे नाशवंत आहे, अशा अनित्य वस्तूत माणसाचे मन गुंतलेले असते. त्याच्या हे लक्षात येत नाही, की आपले असे खरे तर काहीच नाही. माणसाला जे आपले आहे असे वाटते, त्याचा त्याग केला गेला, तरच आत्मदर्शन होईल. पण लोभापायी त्याचा त्याग झाला नाही, तर मात्र आत्मदर्शन होणार नाही.

स्पष्टीकरण : आत्मसाक्षात्कार होण्यासाठी, आत्मदर्शन होण्यासाठी माणसाचे मन निर्मोही असावे लागते, शुद्ध, निर्माण असावे लागते. आजूबाजूच्या दृश्य, अनित्य वस्तूंबद्दल त्याला आकर्षण वाटून चालत नाही. वासना नसणे, हे निर्मळ अंतःकरणाचे महत्त्वाचे लक्षण आहे. किंचित निर्माण होणारी वासना वाढत जाते आणि माणूस आत्म्यापर्यंत पोहोचत नाही.

। आत्मबोध ।

जे नाशवंत आणि जे जे आपले वाटे । त्याचा करावा त्याग ।
आत्मदर्शनासाठी सोडावा लोभ । अन्यथा होईना आत्मकल्याण ॥

ओवी ३६

तो शिष्य म्हणे जी दिधलें । स्वामी म्हणती पद लाधलें ।
आतां तूं आपुलें । कांहीं मानूं नको ॥३६॥

अर्थ : स्वामींचे हे बोलणे ऐकून शिष्याने आपले सारे अनित्य स्वामींना अर्पण केले. शिष्य त्यागास तयार झाल्याचे पाहून स्वामी त्याला सांगतात की, तुला निजपद प्राप्त झालेच असे समज. याउपर दृश्य जगातील काहीही तू आपले मानू नकोस.

स्पष्टीकरण : आत्तापर्यंत गुरू शिष्याला वारंवार दृश्य जग, स्थूल वस्तू,

लोभ, वासना, मोह यांचा त्याग करायला सांगत आहेत. त्या गोष्टी गुरूंना सुपूर्द करायला सांगत आहेत. आता मात्र शिष्याने त्या सगळ्याला संमती दिली आहे. विरक्ती म्हणजे वासनेची समाप्ती. निजपदप्राप्ती म्हणजे अपरोक्षानुभूतो. ही आत्मदर्शनाची अंगे आहेत. दोन्ही बरोबरच येतात. एकदा निजपद प्राप्त झाल्यावर जगातील कोणत्याही वस्तूबद्दल मोह राहत नाही.

। आत्मबोध ।

शिष्याने केले अनित्य अर्पण । प्राप्त झाले निजपद ।
स्वामी सांगती शिष्यास । काही मानू नको दृश्य तू आपुले ॥
विरक्ती असे वासनेची समाप्ती । अपरोक्षानुभूती असे निजपद प्राप्ती ।
न उरे वस्तूबद्दल आसक्ती । शिष्याने द्यावी यास संमती ॥

ओवी ३७

इतुकें स्वामी बोलिलें । आज्ञा घेऊन निघाले ।
तंव शिष्ये विनविले । विनीत होऊनी ॥३७॥

अर्थ : अशा प्रकारे शिष्याला मार्ग दाखवून स्वामींनी शिष्याचा निरोप घेतला. 'आता मी जातो' असे सांगून ते जायला निघाले, तेव्हा शिष्याने मोठ्या नम्रपणे त्यांना विनंती केली.

स्पष्टीकरण : विविध पद्धतींनी स्वामींनी शिष्याला समर्थ बनविले. दृश्याचा त्याग केला तरच आत्मदर्शन होईल. तसेच मायामोहाचा त्याग करायला हवा आणि मग आत्मसाक्षात्काराच्या प्रवासाला निघायला हवे, असे गुरू शिष्याला सांगतात. थोडक्यात गुरू शिष्याला मार्ग दाखवतात. शिष्य जोपर्यंत दृश्यावर प्रेम करतो. तोपर्यंत त्याला बाह्य मार्गदर्शनाची गरज असते. पण जेव्हा दृश्याचे प्रेम सुटते, तेव्हा तो अंतर्मुख होतो. त्याला हृदयस्थ ईश्वराकडून आपोआप स्पष्ट व निश्चित स्वरूपाचे मार्गदर्शन होते. त्याला बाह्यदर्शनाची गरज उरत नाही. हे शिष्याच्या ध्यानात आणून देऊन, स्वामी शिष्याचा निरोप घेतात. शिष्यच तो! आपल्या गुरूंनी आपल्याला सोडून जावे, असे त्याला कसे वाटेल? त्यांचा

सहवास असावाच असे त्याला वाटते. म्हणून शिष्य त्यांना थांबण्याची नम्रपणे विनंती करतो.

। आत्मबोध ।

शिष्य अंतर्मुख होई । दृश्याचे प्रेम सुटोन जाई ।
ईश्वराचे मार्गदर्शन होई । मग गरज न उरे प्रत्यक्ष गुरूची ॥
परी ते मानवेना शिष्याला । गुरूंचा सहवास असावा त्याला ।
करी विनंती शिष्य गुरूंना । थांबावे मज जवळी ॥

ओवी ३८

आता पुढिलीये समासी । संवाद होईल उभयतांसी ।
तेणें स्वानंद सिंधुसि । भरितें दाटे बळें ॥३८॥

अर्थ : आता पुढच्या समासात गुरूशिष्याचा संवाद ऐकायला मिळेल. त्या संवाद श्रवणाने स्वानंद उचंबळून येईल.

स्पष्टीकरण : गुरूशिष्यातला संवाद म्हणजे काय? तर त्यांच्यातील विचारांची देवाणघेवाण. हा संवाद ऐकणे म्हणजे परमानंद, आनंदाची परमसीमाच. या श्रवणाने मन आनंदाने उचंबळून येईल.

संवाद दोन व्यक्तींत होतो. मूळ संवाद घडतो, तेव्हा त्यांच्या हृदयात विशेष वेगळ्या भावना निर्माण होतात. हा संवाद इतर जण ऐकतात, तेव्हा तो संवाद ऐकणाऱ्यांच्या हृदयातही त्याच भावना निर्माण होतात. कारण श्रवणाचे हे सामर्थ्य आहे आणि मुळात संवादाचेही हे सामर्थ्य आहेच.

। आत्मबोध ।

गुरूशिष्यातील संवाद, श्रवण करणाऱ्याच्या अंतःकरणी ।
निर्माण करी परमानंद, ही असे संवाद श्रवणाची पर्वणी ॥

ओवी ३९

इतिश्री आत्माराम । रामदासी पूर्ण काम ।
ऐका सावध, वर्म । सांगिजेल ॥३९॥

अर्थ : इथे आत्मारामचा पहिला समास पूर्ण होतो. हा सर्व समास ईश्वराच्या भक्तांची इच्छा पूर्ण करणारा आहे. आता पुढे लक्षपूर्वक ऐकायला हवे, कारण वर्म, रहस्य सांगितले जाणार आहे.

स्पष्टीकरण : अतींद्रिय अध्यात्म मुळातच गूढ आहे. तसेच नित्याच्या दृश्य विश्वालादेखील एक गूढ बाजू आहे. गूढ अध्यात्माचे मर्म, सामान्य लोकांच्या भाषेत श्रीसमर्थांसारख्या संतांनी मांडले. त्याचा लक्षपूर्वक अभ्यास करायला हवा.

। आत्मबोध ।

आत्मारामचा प्रथम समास । पूर्ण होतसे येथ ।
परी पुढे अतींद्रिय अध्यात्मरहस्य । लक्षपूर्वक जाणून घ्यावे ॥

श्रीसमर्थ रामदास स्वामी यांचे वास्तव्य असलेल्या
सज्जनगडाचे प्रवेशद्वार

समास दुसरा

मायानिरूपण

ओवी १ ते ४३

ओवी १

जय जय जी सच्चिदानंदा । जय जय जी आनंदकंदा ।
जय जय जी निजबोधा । परमपुरुषा ॥१॥

अर्थ : हे सच्चिदानंदस्वरूपा, तुझा जयजयकार असो! हे आनंदउगमा, तुझा जयजयकार असो. हे स्व-संवेद्य आत्मस्वरूपा, हे परमेश्वरा तुझा जयजयकार असो!

स्पष्टीकरण : संत ज्ञानेश्वरांनीसुद्धा या स्व-संवेद्य आत्मरूपाचे वर्णन केले आहे. इथे रामदासांनीदेखील परमेश्वराचा जयजयकार केला आहे. जो ब्रह्मज्ञानी आहे, जो वासनाशून्य आहे, त्याच्या ठिकाणी वैराग्य असते. जो स्वरूपस्थित, अभंग असतो, त्याला सद्गुरू म्हणावे. सद्गुरू दयाशीलही असतात. दयाळूपण मुळे शिष्याला ते जवळ करतात. शिष्याच्या ठिकाणी असणारे अज्ञान ते नष्ट करतात. शिष्याकडून तपस्या, साधना करवून घेतात. एकदा का हे झाले, की सद्गुरू शिष्याला स्वतःच्या पातळीवर आणतात. ब्रह्मज्ञान जाणण्याच्या बाबतीत गुरू-शिष्यामध्ये भेद उरत नाही. शिष्याच्या दृष्टीने सद्गुरू म्हणजे मनुष्यरूपात असलेला ज्ञानरूपी ईश्वर होय.

या ओवीत सद्गुरूंची चार लक्षणे रामदासांनी सांगितली आहेत. ती पुढीलप्रमाणे :

१. गुरू हे सच्चिदानंदरूप असतात. म्हणजे काय तर ते सत्य आणि संवेदना यांच्याशी निगडित असतात. त्यांच्याच ठिकाणी ईश्वर असतो. हा ईश्वर म्हणजे सत्, चित् याचे आनंदरूप असतो.
२. आनंदकंद यात दोन शब्द आहेत. आनंदाचा कंद. कंद हा जमिनीखाली असतो, झाडाला लागणारे अन्न तो साठवतो. इथे गुरू म्हणजे ज्याच्या ठिकाणी परमानंद साठलेला असतो. जे गुरू आनंदाचा स्रोत असतात, जे गुरू परमानंदाचा आधार असतात.
३. गुरूंचे चौथे लक्षण म्हणजे निजबोध. गुरूंना आत्मज्ञान झालेले असते. स्वतःविषयी त्याने जाणलेले असते.
४. गुरूंचे चौथे लक्षण म्हणजे ते परमपुरुष असतात. परमपुरुष म्हणजे सगळ्यात उत्कृष्ट पुरुष असतो. भगवद्गीतेमध्ये ज्याला परमज्ञान प्राप्त झालेले आहे,

असा पुरुष म्हणजे परमपुरुष असे म्हटले जाते. संस्कृतमध्ये या शब्दाचा उपयोग आत्मा किंवा चैतन्य यासाठीसुद्धा केलेला आहे. परमपुरुष कोणाला म्हटले जाते? जो एकवीस ब्रह्मांडांचा स्वामी आहे, थोडक्यात जो सर्वज्ञानी आहे, त्याला 'परमपुरुष' असे म्हटले जाते.

शिष्य हा देहबुद्धीत जीवपणाने असतो. तर ईश्वरपणाने किंवा शिवरूपी सद्गुरू आत्मबुद्धीत असतात. जिवाला येणाऱ्या अनुभवाच्या उलट अनुभव सद्गुरूंचे असतात. माणसाचा आनंद दृश्य वस्तूंवर अवलंबून असतो. वस्तूने आनंद दिला, तर जीव त्याचा भोग घेतो, म्हणजेच माणसांचा आनंद बाह्य जगात आहे, पण सद्गुरूंचा आनंद अंतरात आहे. अंतरातील ईश्वर हेच सद्गुरूंच्या आनंदाचे उगमस्थान असते. सद्गुरू स्वतःच्या स्वरूपाचे ज्ञान मिळवतो, तेच ज्ञान शिष्याला देतो. त्यावेळेस ज्ञान देणारा व ज्ञान घेणारा एकरूप होतात. सद्गुरू केवळ बोधरूप उरतात. तेव्हा पुरुष म्हणजे व्यक्ती आणि व्यक्ती म्हणजे स्थलकाळाच्या, कर्मधर्माच्या मर्यादा ओलांडणारा तो परमपुरुष, असे समर्थ म्हणतात.

शिवाय व्यक्तीमध्ये अनेक दोष असतात. सद्गुरू मात्र सर्व बाजूंनी परिपूर्ण असतात. सद्गुरू दोषांपासून मुक्त असतात. दिसायला माणसासारखा, पण माणसाच्या मर्यादा त्याला नसतात. त्याच्या जीवनात कर्म आणि ईश्वरज्ञान यांचा संगम झालेला असतो.

। आत्मबोध ।

ब्रह्मज्ञानी पुरुष जो वासनाशून्य आणि वैराग्यधारी ।
स्वस्वरूपाची अभंगता आणि असे तो कृपाधारी ॥
करी शिष्या जवळ, अन् करवून घेई तो साधना ।
सद्गुरू आणि शिष्य समपातळीवर, दोघात भेद उरेना ॥
सद्गुरू असे परमपुरुष, आनंदकंद, निजबोध, सच्चिदानंद ।
दिसे माणसासम परी असे, तो परिपूर्ण, अमर्याद ॥

ओवी २

अनंत ब्रह्मांडाऐसी ढिसाळें । मायेनें रचिलीं विशाळें ।
तें तुमचे कृपेचेनि बळें । विरतीं स्वानंद डोहीं ॥२॥

अर्थ : मायेने अगणित प्रचंड विश्वांची रचना केली, पण ती सर्व मातीच्या ठिसूळ ढेकळासारखी आहेत. मातीचे ढेकूळ पाण्यामध्ये चटकन विरघळते. त्याचप्रमाणे ही सारी विश्वे, तुमच्या कृपेच्या सामर्थ्याने आत्मानंदामध्ये विरून गेली.

स्पष्टीकरण : माया म्हणजे शक्ती. ही शक्ती ज्या परमात्म स्वरूपाला आकार नाही, त्यालाही आकार देते, दृश्य स्वरूप देते. परमात्मा असीम, अनंत आहे. मायारूपाची निर्मितीदेखील अनंतच!

या मायेने अनेक विश्वे दृश्यरूपात आणली आहेत. एक आपले जगही केवढे अनंत आहे. स्थळ, काळ, दृश्य या सगळ्यातून मोजले तरी अनंत आहे. गंमत अशी की माणसाची दृष्टी मर्यादित आहे. माणूस त्याच्या दृष्टीला जेवढे अनुभवास येईल, तेवढे सत्य मानतो. मायेच्या मर्यादेत जो जीव वावरतो, त्याची शक्ती कमी असते. तो अज्ञानी असतो. मायेच्या मर्यादा केवळ स्वतःच्या सामर्थ्याने ओलांडून, आत्मानंदाच्या जवळ जीवाला जाता येत नाही. सद्‌गुरूंची कृपा मदतीला घ्यावीच लागते. मगच जिवाच्या ठिकाणी ज्ञानदृष्टी निर्माण होते. तिच्या अथांग आनंदात सारी दृश्ये विरघळून जातात.

। आत्मबोध ।

माया असे शक्ती । माया करी विश्वाची निर्मिती ।
परी असे मातीसम । विरघळे पाण्यात न काही उरे मागती ॥
परमात्मा असे अनंत, असीम । माया देई परमात्मरूपास आकार ।
विश्व असे केवढे अनंत । स्थल, काल, दृश्याच्या पार ॥
परी मनुष्याची दृष्टी मर्यादित । जेवढे येई दृष्टीस तेवढे जग मानी ।
शक्ती असते त्याची कमी । असे मनुज अज्ञानी ॥
पुरेसे नसे सामर्थ्य त्याचे । ओलांडून आत्मानंदाच्या जवळ जाण्या ।
सद्‌गुरूकृपेचे हवे साहाय्य । मगच होई ज्ञानदृष्टी निर्माण तया ॥

ओवी ३

आता स्वामींनी जें काहीं इच्छिलें । तें पाहिजे अंगिकारलें ॥
शरणागत आपुलें । समर्थें उपेक्षूं नये ॥३॥

अर्थ : आता सद्‌गुरूंनी जी इच्छा प्रदर्शित केली. ती शिष्याने स्वीकारलीच पाहिजे. म्हणून शिष्य म्हणतो की, ''मी आपल्याला शरण आलो आहे, आपण मला बाजूला सारू नये.''

स्पष्टीकरण : समर्थांनी येथे दोन महत्त्वाच्या गोष्टी सांगितल्या आहेत. या गोष्टी सूक्ष्म आहेत. पहिली गोष्ट म्हणजे शिष्याच्या मनात सद्‌गुरूबद्दल आदर हवा. गुरूंच्या ज्ञानावर, शहाणपणावर शिष्याची संपूर्ण श्रद्धा, विश्वास असायला हवा. गुरू जे सांगेल ते शिष्याने मनापासून मान्य करून, त्याला संमती द्यायला हवी. गुरूची शिष्याकडून जी अपेक्षा असते, ती समजून घ्यावी. ते मनापासून करावे. सद्‌गुरूंना शरण जावे. त्याची प्रार्थना करावी. शिष्याच्या मनाची अवस्था विमनस्क असते, गोंधळाची असते. ती बदलण्यासाठी गुरू सगळे करत असतो. केवळ गुरूंच्या मनात काही असून चालत नाही. शिष्याने गुरू सांगेल ते ते मनोभावे केले पाहिजे. शिष्याच्या मनात लीनता असावी. ही वृत्ती बाळगणे अवघड आहे, कारण मीपणा/अहंभाव. लीनता असणे ही मोठी कठीण भावना आहे. ती मिळावी म्हणून सद्‌गुरूची प्रार्थना करावी.

। आत्मबोध ।

असावा आदर, असावा मान । असे असावे शिष्याचे मन ।
असावी श्रद्धा, असावे याचे भान । गुरूंचे ज्ञान ॥
गुरूची आज्ञा मानावी । गुरूची अपेक्षा जाणावी ।
जाणोन गुरूची इच्छा । करावे सर्व मनापासून ॥
गुरू जाणतो शिष्याचे मन । ती बदलण्या गुरूंचे यत्न ।
शिष्याने जाणावे, तर पावे मन । धारण करावी लीनता ॥

ओवी ४

नाशवंत कायें म्यां टाकावें । तें मज स्वामीनें सांगावें ।
मज दातारें करावें । आपणा ऐसें ॥४॥

अर्थ : शिष्य गुरूंना विचारतो, ''नाशवंत आहे ते मी टाकावे हे खरे आहे. पण म्हणजे मी प्रत्यक्ष काय सोडावे ते मला सांगा. आपण उदार आहात. मला स्वतःसारखे ब्रह्मज्ञानी करावे.''

स्पष्टीकरण : 'टाकणे' म्हणजे एखादी गोष्ट आपल्यापासून दूर करणे, त्या गोष्टीचा त्याग करणे होय. दैनंदिन व्यवहारात अनेक लौकिक गोष्टी आपण टाकत असतो, म्हणजे सोडून देत असतो. वस्तू, घरदार, पैसाअडका, दागदागिने अशा अनेक गोष्टी सोडण्याची कृती आपण करत असतो. अध्यात्मात मात्र 'टाकणे' हा स्वभाव, प्रकृती, वृत्ती असते. अशी व्यक्ती काहीच जवळ ठेवत नाही. टाकण्याची दोन अंगे असतात. एक बाह्यांग आणि एक अंतरंग. जी व्यक्ती साधना करते, तपस्या करते, ती अनेक गोष्टींचा त्याग करत असते. यात मीपणा, अहंकार, कर्तेपणा, अभिमान, गर्व, विकार, वेगआवेग, वासना, मोहादी लोभ वगैरे आले. आसक्ती, वृत्ती यांना टाकते. त्यागाचे हे अंतरंग होय. बाह्य घटकांचा त्याग माणूस त्या मानाने लगेच करतो. पण साधकाने जर अंतरंगातील वरील गोष्टी सोडल्या नाहीत तर बाह्य, भौतिक, व्यावहारिक त्यागाला तसे फारसे महत्त्व नाही. याउलट अंतरंगातील त्याग घडला आणि भौतिक गोष्टींचा त्याग घडला नाही, तर फारसे बिघडत नाही.

। आत्मबोध ।

शिष्याला पडे प्रश्न 'नाशवंत' म्हणजे काय सोडावे ।
साधक माणूस जे सोडतो, ते त्यागाचे असे अंतरंग ॥
गुरूने सांगावे हे शिष्यास अन् स्वतःसम ब्रह्मज्ञानी करावे ॥

ओवी ५

ऐकोन शिष्याचें बोलणे । स्वामी म्हणती सावध होणें ।
अवधान देऊन घेणे । आनंदपद ॥५॥

अर्थ : शिष्याचे हे बोलणे ऐकून स्वामींनी त्याला दक्ष राहण्याची सूचना दिली आणि मनापासून लक्ष देऊन आनंदपद घ्यावे असे सांगितले.

स्पष्टीकरण : शिष्याच्या कल्याणासाठी गुरूंनी त्याला उपदेश करायचे ठरवले आहे. नाशवंत म्हणजे नेमके काय, शिष्याने नेमके काय सोडावे, यासाठीचे मार्गदर्शन गुरू करणार आहे. साहजिकच शिष्याने ते लक्षपूर्वक ऐकावे, गुरूंच्या बोलण्याकडे पूर्ण लक्ष द्यावे, अशी अपेक्षा गुरू करतो. तरच शिष्याला परमानंदाची प्राप्ती होईल.

। आत्मबोध ।

शिष्याचे बोलणे ऐकता । स्वामी सांगाती पाळण्या दक्षता ।
मनापासून लक्ष देता । शिष्यास मिळे आनंदपद ॥

ओवी ६

शिष्या बहू मन घाली । आतां बाष्कळता राहिली ।
येथे वृत्ती चंचल केली । तरी बुडसी संदेहसागरीं ॥६॥

अर्थ : आत्तापर्यंत उथळपणा पुष्कळ केला. आता मनापासून लक्ष द्यावे. यानंतर जर मनाचे भरकटणे चालू राहिले, तर तू (शिष्य) संशयसागरात बुडून जाशील.

स्पष्टीकरण : आत्मसाक्षात्कार होण्यासाठी मनाचे भरकटणे थांबून, ते एकाग्र व्हायला हवे. त्यासाठी आपल्याला आपले मन एकाच ठिकाणी केंद्रित करावे लागेल. आपल्या मनात नेहमी अनेक गोष्टींबद्दल एकाच वेळी अनेक विचार

येतात. कवयित्री बहिणाबाई चौधरी म्हणतात त्याप्रमाणे 'मन वढाय वढाय, आत्ता होतं भुईवर, फिरी गेलं आकाशात' अशीच मनाची स्थिती असते. त्यामुळे मन एकाग्र होत नाही.

जेव्हा एकाच ठिकाणी आपले मन तन्मय होते, तेव्हा इतर विषय, विचार आपोआपच गळून पडतात. आपण आपला शोध घेऊ लागतो. यातूनच आत्मसाक्षात्कार होतो. ही गोष्ट तेवढीशी सोपी नाही. अशा स्थितीत गेल्यावर मनाची स्वैरता, उतावीळपणा, उच्छृंखलता आपोआप गळून जाते. मन विकल्परहित होते. अशा स्थितीस आल्यावर जीवनात अशक्य असे काही नसते. हाती घेतलेल्या कार्यात एकाग्रता असेल, तर यश मिळतेच. कलावंत, खेळाडू, शास्त्रज्ञ अशा कोणाही ठिकाणी एकाग्रता असतेच. ईश्वरदर्शन होऊन ईश्वरपदी, आनंदपदी स्थिर होऊ इच्छिणाऱ्या, अध्यात्मसाधकाला ही एकाग्रता प्राणापलीकडे जपावी लागते. एकाग्रता हाच स्वभाव झाला, की तिलाच तपश्चर्या म्हणतात. जो साधक एकाग्रतेने ईश्वरचिंतन करतो, त्याला स्वानंदाचा प्रत्यक्ष अनुभव येतो. एकाग्रतेच्या बळावर साधक अती बलाढ्य मायेला पार करतो.

। आत्मबोध ।

मन अस्थिर, चंचल । मन धावत धावे रे ।
आवर-सावर मनाला । मन एकाग्र कर रे ॥
मनाची असेल जर एकाग्रता । तर होईल ईश्वरदर्शन ।
आनंदपदी होशील स्थिर । स्वानंद अनुभव घेईल मन ॥

ओवी ७

अग्निसंगें लोहो पिटे । तेणें तयाचा मळ तुटे ।
मग परिसेसी झगटतां पालटे । लोखंडपण तयाचे ॥७॥

अर्थ : लोखंड आगीत तापवून मग त्यावर घणाने घाव घालतात. त्या घणांमुळे त्यावरील गंज निघून जातो. मग परिसाने ते घासले, की त्याचे लोखंडपण जाऊन ते सोने बनते.

स्पष्टीकरण : हा परिसाचा दाखला संत ज्ञानेश्वर 'ज्ञानेश्वरी'पासून देत आले आहेत, इथे तो रामदास स्वामींनीही दिला आहे. परिसाच्या स्पर्शाने लोखंडाचे सोने होते. सज्जनाच्या संगतीने दुर्जन सज्जन बनतो. कठोर हृदयीही ममत्व येते. लोखंडाचे दोष निघून जातात. आगीत लोखंड वितळते, लाल होते आणि मग त्याला आकार देणे सोपे होते. तसेच माणसाचे आहे. माणूसही पश्चात्तापाच्या आगीत होरपळला की, मग तो तावूनसुलाखून निघतो आणि त्याच्यातील दोष कमी होतात, निघून जातात.

। आत्मबोध ।

लोखंड आगीत तापवून, घाव घालावे घणाने ।
गंज जाईल मग परिसावर घासता त्याचे बनेल सोने ॥

ओवी ८

तयाचा मळ झडेना । आणि अभ्यांतर कळेना ।
तरीं तें सहसा पालटेना । मृत्तिकारूपें ॥८॥

अर्थ : लोखंडाचा गंज जर गळून पडला नाही, तर त्याचा अंतर्भाग प्रकट होत नाही. त्या गंजामुळे मग ते लोखंड काही केल्या पालटत नाही, त्याचे सोने होत नाही.

स्पष्टीकरण : जीव कसा बनतो? आत्मा, अंतःकरण आणि शरीर मिळून जीव बनतो. आत्मा अविनाशी आहे, पण शरीर आणि त्या शरीरातले मन विनाशी आहे. कधीकधी या अविनाशी आत्म्यावर शरीर, मन आच्छादन घालते. त्याचा परिणाम म्हणजे आत्म्याचे ज्ञान लोप पावते, त्यातला आनंद निघून जातो. असे वाटते की आत्मा दुःखी झालाय.

अज्ञान हे मळासारखे आहे. आत्म्यावर जर अज्ञानाचा मळ साचला तर त्याचे मूळ रूप दिसत नाही. इथे श्रीसमर्थ लोखंडाचा गंज म्हणजे आत्म्यावर साचलेला मळ आहे, असे म्हणतात. हा मळ साठला तर मूळचे लोखंड दिसणार कसे? म्हणून अज्ञानाचा मळ जर नाहीसा करायचा असेल, तर जिवाला वैराग्याची धग लागावी लागते. विवेकाचे घण घालावे लागतात. तरच अज्ञान गळून पडते. इथे परीस आपली

भूमिका बजावतो. लोखंडाला परिसाचा स्पर्श झाल्यावर त्याचे सोने होते, असे म्हणतात. इथे परीस म्हणजे सद्गुरू होय. सद्गुरूंच्या सहवासात जिवातला आत्मा सुवर्णरूप होतो. त्यातला अज्ञानरूपी मळ नाहीसा होतो. जो कडक वैराग्य धारण करत नाही त्याच्या जिवावरचे आवरण गळून पडत नाही. त्याचे मूळ स्वरूप प्रकट होत नाही. परीसस्पर्श झाला तरी, मळ तसाच असण्याने, तो स्पर्श आत्म्यापर्यंत जातच नाही. याचप्रमाणे अनेक शिष्य अनेक वर्षे संतांच्या/सद्गुरूंच्या सहवासात राहिले, तरी फार थोडेच शिष्य आत्मरूपास जाणतात.

। आत्मबोध ।

शरीर-मन असे विनाशी । आत्मा असे अविनाशी ।
परी अज्ञानाचा मळ आत्म्याशी । ज्ञान लोप पावतसे ॥
अज्ञानाचा मळ करण्या दूर । सद्गुरूंचा सहवास लाभावा पुरेपूर ।
मग होई आत्मा सुवर्णरूप । त्यासाठी लागावी वैराग्याची धग ॥

ओवी ९

म्हणउन नाशवंत तितुका मळ । तुवां त्यजावा अमंगळ ।
तो गेलीया तूच केवळ । आहेस बापा ॥९॥

अर्थ : म्हणून जेवढे काही नाशवंत आहे, ते मळाचे आवरण समजावे. त्या अनिष्ट मळाचा शिष्याने त्याग करावा. ते आवरण गळून पडले की, फक्त तूच तेवढा शिल्लक राहशील.

स्पष्टीकरण : आपल्या मूळ शुद्ध रूपाचे दर्शन म्हणजे आत्मदर्शन. मुळात हे स्वस्वरूप असतेच, ते नव्याने निर्माण करावे लागत नाही. असे जरी असले तरी, नाशवंत म्हणून जे जे आहे, त्याचा मळ चढला तर आत्मरूप दिसणार कसे? एखाद्या सुवर्णाच्या वस्तूवर जर धूळ साठली किंवा मातीत ती वस्तू गाडली गेली, तर तिचे मूळ दिसणारच नाही. मूळ रूप दिसायचे असेल तर शिष्याने अनिष्ट, नाशवंत गोष्टींचा नाद सोडून द्यावा. त्याचा त्याग शिष्याने करावा. असे हे वरचे अज्ञानाचे, नाशवंत गोष्टींचे आवरण एकदा का गळून पडले, की मग लख्ख असे आपले मूळ

रूप प्रकट होते. सर्वत्र हेच रूप दिसते. मग शिल्लक राहतो आत्मदर्शन/स्वरूपदर्शन झालेला शिष्य.

। आत्मबोध ।

मुळात असतेच स्वस्वरूप । परी त्यावरी साचलासे मळाचा लेप ।
मग आत्मरूप वा स्वस्वरूप । दिसावे कैसे ॥
मूळ रूप दिसण्या । शिष्याने नाशवंत त्यागावे ।
नाशवंत त्यागिल्याने । स्वस्वरूप फक्त दिसावे ॥

ओवी १०

तरी नाशवंत ते तू जाण माया । मायिक जाये विलया ।
ते मायेचा विचार प्राणसखया । ऐक सांगतो ॥१०॥

अर्थ : हे प्राणसख्या, आत्तापर्यंत जे जे नाशवंत म्हणून तुला सांगितले, ते ते सारे मायानिर्मित होय. जे जे मायानिर्मित आहे, ते सारेच नाशवंत असते. त्या मायेचा विस्तार तुला सांगतो. (असे गुरू शिष्याला म्हणतात.)

स्पष्टीकरण : माया म्हणजे विनाशी, मूर्त. माया हा शब्द मोहमाया असाही आपण वापरतो. माया ही सगळ्या प्रकारचे लोभ, मोह, अपेक्षा यांची निर्माती असते. या सगळ्याच गोष्टी माणसाला वेगळ्या मार्गाला नेतात. खरे तर तशी सर्व रूपे परमेश्वराची आहेत, तसेच माया हेही ईश्वराचे रूप आहे. तीपण एक शक्ती आहे. ईश्वराचे रूप जसे अमूर्त असते, निराकार असते, असीम असते, तसेच मायेचे रूपही असते. तिचा परिणाम दिसतो. त्यामुळे जे जे आपल्याला दिसते, जे जे आहे ते ते नाशवंत आहे, तरीही आपल्याला ते हवेहवेसे वाटते.

। आत्मबोध ।

जे जे असे विनाशी । ते ते असे मायानिर्मित ।
परी मायाही असे ईश्वराचेच रूप । ईश्वररूप जसे अमूर्त ॥

ओवी ११

अहं ऐसे जे स्फुरण । तेंचि मायेचें लक्षण ।
तये मायेपासुन त्रिगुण । गुणापासून भूतें ॥११॥

अर्थ : केवळ परमात्म्याच्या ठिकाणी मी आहे. असे अतिशय सूक्ष्म भान प्रथम निर्माण झाले. स्वतःचे ते स्मरण हेच मायेचे खरे रूप होय. मायेपासूनच सत्त्व, रज, तम हे तीन गुण निर्माण झाले. या तीन गुणांपासून पंचमहाभूते निर्माण झाली.

स्पष्टीकरण : परमात्मा यात 'मी' आहे, येथे 'मी' म्हणजे 'मी'पणा नाही तर 'मी' म्हणजे आत्मरूप, स्वरूप. 'मी'चे स्मरण होणे हे मायेचे रूप आहे. त्या मायेमुळेच वरील त्रिगुण निर्माण झाले. या त्रिगुणांपासून पंचमहाभूते निर्माण झाली. पृथ्वी, आप, तेज, वायू, आकाश ही ती पंचमहाभूते.

'महाभारता'च्या 'भीष्मपर्वा'त अडतिसाव्या अध्यायात या तीन गुणांचे वर्णन केले आहे. त्यानुसार कृष्ण अर्जुनाला सांगतो : निसर्गातून निर्माण झालेले हे तीन गुण अविनाशी आत्म्याला शरीररूपात बांधतात. यातला सत्त्वगुण निर्मल असतो, म्हणून तो विकाररहित आणि प्रकाश देणारा असतो. रागरूप म्हणजे रजोगुण, इच्छा आणि आसक्तीतून निर्माण होतो. तमोगुण तर अज्ञानातून निर्माण होतो. तो या जीवात्म्याला प्रमाद, आळस आणि निद्रा यांच्या रूपात बांधून ठेवतो.

सत्त्वगुण सुखात, रजोगुण कर्मात आणि तमोगुण ज्ञानाला झाकणाऱ्या प्रमादात असतो. रजोगुण आणि तमोगुणाला दाबून टाकून सत्त्वगुण, सत्त्वगुण आणि तमोगुणाला दाबून रजोगुण, सत्त्वगुण आणि रजोगुणाला दाबून टाकून तमोगुण निर्माण होतो. हे तीन गुण परस्पर भिन्न आहेत. सत्त्वगुणातून ज्ञान, रजोगुणातून लोभ तसेच तमोगुणातून प्रमाद आणि मोह निर्माण होतो.

असे मानले जाते की, सत्त्वगुण असणारे लोक स्वर्गस्थित होतात. रजोगुण असणारे लोक मनुष्यलोकी स्थित होतात, तर तमोगुण असणारे लोक नरकस्थित होतात. सत्त्वगुणाचे फळ ज्ञान, सुख, वैराग्य आहे. राजस कर्माचे फळ दुःख हे आहे

आणि तमस कर्माचे फळ अज्ञान असे मानले जाते.

। आत्मबोध ।

'स्व'चे स्मरण हे मायेचे रूप । मायेचेच त्रिगुण निर्मित।
त्रिगुणापासून पंचमहाभूते । निर्माण होती ॥

ओवी १२

पृथ्वी, आप, तेज, वायू, आकाश । सृष्टि रचिली सावकाश ।
येथें दृश्य आणि अदृश्य । सकळ माया ॥१२॥

अर्थ : पृथ्वी, आप, तेज, वायू, आकाश या पंचमहाभूतांपासून प्रथम व्यक्त आणि नंतर अव्यक्त सृष्टीची (दृश्य-अदृश्य) निर्मिती झाली. ही सारी सृष्टीरचना मायानिर्मित आहे.

स्पष्टीकरण : भारतीय दर्शनात (अंतिम सत्याचा शोध घेणारे भारतीय अध्यात्मशास्त्र) सर्व पदार्थाचे मूळ पंचमहाभूतांत आहे, असे मानले आहे. सृष्टीतील प्रत्येक पदार्थ यापासूनच निर्माण होतो. यांपासून तयार होणारे पदार्थ निर्जीव असतात. ते सजीव बनण्यासाठी त्यांच्यात आत्मा असण्याची गरज आहे. पंचमहाभूते म्हणजे आपण ज्याचा एक भाग आहोत अशी दृश्य सृष्टी. या पंचमहाभूतांपासून वात, पित्त, कफ हे त्रिदोष निर्माण होतात. पृथ्वी आणि पाणी म्हणजेच आप एकत्र केले, की कफ तयार होतो. तेजातून पित्ताची निर्मिती होते. वायू आणि आकाशातून वाताची निर्मिती होते. आपल्या शरीरात डोक्यापासून पायापर्यंत ही महाभूते आपल्याला क्रमाक्रमाने पाहायला मिळतात. कान, नाक, तोंड = आकाश तत्त्व, छाती = वायू तत्त्व, पोटाच्या ठिकाणी पचनक्रिया घडते तेथे अग्नी तत्त्व, मूत्र साठते तिथे जलतत्त्व. शरीरातील या तत्त्वांचे संतुलन बिघडले की आजार होतात.

परमात्म्याच्या ठिकाणी अनंत शक्ती राहात असतात. त्यापैकी एक शक्ती अशी आहे, जी परमात्म्याला अनेक रूपे देते, साकार करते. त्या रूपांना निराकारात घेऊन जाते. व्यक्त आणि अव्यक्तांचा खेळ खेळणारी शक्ती म्हणजे 'माया'. परमात्म्याच्या ठिकाणी असणाऱ्या या शक्ती गतिमान होण्यासाठी त्यांना अधिष्ठान

गरजेचे असते. 'मी आहे' हे स्फुरण झाले, की परमात्मा शक्तीने स्फुरण पावतो. परमात्मस्वरूप अविनाशी. त्यातून माया जे जे आकारात आणते, ते सर्वच नाशवंत. जे जे व्यक्त विश्व आहे, ते ते आपण अनुभवतो. त्याचे बीज या मायेत असते. क्रमाक्रमाने तिला व्यक्त रूप येते. या क्रमात मूळ मायेतून त्रिगुणात्मक माया प्रकट होते. त्यातून पंचमहाभूते सूक्ष्म रूपात प्रकट होतात. मायेपासून दृश्य विश्वापर्यंत सर्व सृष्टीची रचना घडते आणि मोडते. ही माया विनाशी आहे, आणि सर्वांचे मूळ जी आदिमाया, तीही शेवटी परमात्मरूपात विलीत होते.

। आत्मबोध ।

पृथ्वी, आप, तेज, वायू, आकाश । ही असती पंचमहाभूते ।
तयापासून अव्यक्त व्यक्त । सृष्टिरचना निर्माण होते ॥
अव्यक्त आधी नंतर व्यक्त । सारी सृष्टिरचना माया निर्मित ।
सर्वांचे मूळ आदिमायेत । ती विलीन होई अखेर परमात्मरूपात ॥

ओवी १३

येक माया दों ठायी वाटली । प्रकृती आणि पुरुष जाली ।
जैसी दो दिसांची बोली । येकची परवा ॥१३॥

अर्थ : खरे पाहता माया एकच. पण ती दोन ठिकाणी विभागली गेली. तिचे प्रकृती आणि पुरुष असे दोन विभाग झाले. येथे 'परवा' शब्द एकच असला, तरी त्यात आज आणि उद्या हा अर्थही असतो. असे दोन दिवस या एका शब्दात अंतर्भूत आहेत.

स्पष्टीकरण : मायेतून आपले विश्व निर्माण झाले. त्या विश्वात सचेतन-अचेतन, सजीव-निर्जीव असे दोन घटक आहेत. हे मायाशक्तीचे आविष्कार आहेत. जे जिवंत, संवेदनशील आहे त्यास पुरुष म्हणतात आणि जे अचेतन म्हणजे जड असते पण चेतना त्यातूनच व्यक्त होते, त्याला प्रकृती म्हणतात. सांख्य म्हणजे मोजणी करणे. हा शब्द सांख्यदर्शनाच्या संदर्भात येतो. तो हिंदू दर्शनाची एक विचारप्रणाली आहे. सांख्यदर्शनाचा मूळ उद्देश प्रकृती आणि पुरुष म्हणजे प्रकृती

आणि आत्मा यातील अंतर समजणे किंवा जाणून घेणे. सोप्या शब्दांत सांगायचे तर सांख्य शब्दाचा अर्थ संख्यांशी संबंधित किंवा अनुभवजन्य असा केला जातो. भारतीय दर्शनाचे जे सहा प्रकार मानलेले आहेत त्यापैकी सांख्यदर्शन हा एक आहे. ही एक प्राचीन भारतीय दार्शनिक (तत्त्वज्ञानी तत्त्वज्ञानाचे ज्ञान) प्रणाली आहे, जी ब्रह्मांड, व्यक्तीमध्ये असलेली चेतना, मुक्तीचे वेगवेगळे मार्ग याबद्दल जाणण्याचे प्रयत्न करते. सांख्यदर्शनाची स्थापना कपिल ऋषींनी केली असे मानले जाते.

। आत्मबोध ।

मायेची असती रूपे दोन । प्रकृती आणि पुरुष विभाजन ।
प्रकृती पुरुषाच्या अधीन । मानती संत ॥
पुरुष आणि प्रकृती । करती सचेतनाची निर्मिती ।
सृष्टीची ही दोन रूपे असती । असे मानती संत ॥

ओवी १४

माया ज्ञाता ज्ञेय ज्ञान । माया ध्याता ध्येय ध्यान ।
माया हेंचि समाधान । योगियाचें ॥१४॥

अर्थ : ज्ञाता, ज्ञेय व ज्ञान ही त्रिपुटी मायेच्या कक्षेत येते. इतकेच नाहीतर ध्यानाने साधणारी योगसमाधी हीसुद्धा मायेच्या कक्षेत येते.

स्पष्टीकरण : मायेच्या क्षेत्रात तीन गोष्टी येतात. ज्या दोन प्रकारच्या असतात. या तीन गोष्टींना 'त्रिपुटी' म्हणतात. त्या पुढीलप्रमाणे : जो जाणून घेतो तो 'ज्ञाता', जे जाणून घेतले जाते तो अनुभव 'ज्ञेय' आणि यात असते ते 'ज्ञान'. तर दुसरी गोष्ट म्हणजे जो धारण करतो तो 'ध्याता' (ध्यान करणारा विचार), जे धारण करायचे असते ते 'ध्येय' आणि त्यासाठी करावे लागते ते 'ध्यान', चित्ताची एकाग्रता.

ज्ञानमार्गात आत्मा आणि अनात्मा यातील विवेकाला प्राधान्य असते. यात ज्ञाता, ज्ञेय, ज्ञान ही तीन अंगे असतात. ती एकजीव असतात. त्यांना वेगळे काढताच येत नाही. योगमार्गात ध्यान, ध्येय, ध्याता प्रधान असतात. ध्यानाचा शेवट समाधी अवस्थेत होतो. आत्म्यावर अनात्मा पसरतो, तेव्हा आत्मा दिसत नाही. जाणता येत

नाही. विस्मृती होते. त्यामुळे जे नाशवंत, ते खरे वाटते. हा भ्रम, माया नष्ट होण्यासाठी आत्मानुभव महत्त्वाचा. तो आपोआप येत नाही. त्यासाठी ज्ञानमार्ग अनुसरावा लागतो. ही प्रक्रिया मायेच्या क्षेत्रात येते. अविवेकामुळे पुरुष प्रकृतीच्या आहारी जातो. तिच्यात गुंतून पडतो. योगमार्गात शिरताना त्याला अंतर्मुख व्हावे लागते. लक्ष केंद्रित म्हणजे एकाग्र करावे लागते. याला ध्यान म्हणतात. ध्याता-ध्येय समोर असते. ध्येयात ध्यान स्थिर होते. ध्यानात स्थिरता येण्याच्या अवस्थेला समाधी म्हणतात.

। आत्मबोध ।

ज्ञानमार्गात असतो । आत्माअनात्मा विवेक ।
ज्ञाता, ज्ञेय, ज्ञान असती । मार्गात एक ॥
योगमार्गात असते । ध्यान, ध्येय, ध्याता ।
ध्यान शेवट असतो । समाधी अवस्थेत ॥
आत्म्यावर अनात्मा । घाली आवरण ।
न दिसे आत्मा । दृश्य वाटे खरे ॥
हा भ्रम नष्ट होण्या । अनुसरावा ज्ञानमार्ग ।
लक्ष केंद्रित होण्या । वृत्तीतून बाहेर यावे ॥
ध्यानात जेव्हा होई स्थिर । पोचणे समाधी अवस्थेत ॥

ओवी १५

माया सच्चिदानंद । माया आनंदाचा कंद ।
माया हेचि निजबोध । शब्दरूपें ॥१५॥

अर्थ : ईश्वराचे वर्णन करताना त्यासाठी वापरलेले शब्द मायेच्या कक्षेतच येतात. तो सच्चिदानंद आहे, आनंदकंद आहे, स्वरूप, ज्ञानसंपन्न आहे.

स्पष्टीकरण : भाषा म्हणजे अर्थपूर्ण शब्दांची गुंफण. ही भाषा रोजचा व्यवहार करण्यासाठी, माणसाने माणसासाठी निर्माण केली. माणूस विनाशी आहे, मूर्त आहे. तर परमात्मा हा अनंत, असीम आहे. त्याचे वर्णन शब्दांत होऊ शकत नाही. तो मूळ स्वरूप आहे. त्या मूळ स्वरूपाला 'मी' आहे. त्यालाच मूळ माया

म्हणतात. सच्चिदानंद, आनंदकंद, निजबोध म्हणजेच स्वसंवेद्यता या शब्दांनी, या मूळ स्वरूपाचे वर्णन करण्याचा प्रयत्न माणूस करतो. तिथेही मायाच असते.

माया शब्द आपण व्यवहारात अनेक वेळा वापरतो. उदाहरणार्थ, 'तो अगदी मायाळू आहे. ती मायस आहे. तुला काही दयामाया आहे की नाही.' इथे 'प्रेमळ' अशा अर्थाने आपण हा शब्द वापरतो. दया, ममता असाही अर्थ त्यात असतो. मायेचा गीतेनुसार अर्थ वेगळा आहे, आणि तो म्हणजे मोहामयी जग.

जेव्हा एखादी चकित करणारी घटना घडते, तेव्हा आपण त्याला ईश्वराची माया म्हणतो. माया ही एक शक्ती आहे. तर कधी माया म्हणजे मिथ्या ज्ञान, अशा अर्थानेही हा शब्द वापरतात. याचे दोन प्रकार : भ्रम आणि बुद्धिभ्रम. भ्रमात ज्ञान आहे पण वास्तविक रूपात ते दिसत नाही. तर बुद्धिभ्रमात बाहेर काहीच घडत नाही, पण आपण कल्पनेलाच प्रत्यक्ष ज्ञान मानतो. डोळे, कान, नाक, जीभ, स्पर्श अशा पंचेद्रियांनी होणारे भ्रम, मनाने निर्माण होणारे भ्रम आणि व्यावहारिक भ्रम. प्रत्येकजण याच्या आहारी जातोच. सगळ्या व्यक्ती या मायाजालात अडकतात.

ईश्वराचे वर्णन करण्यासाठी वापरलेले शब्द, मायेच्या कक्षेतच येतात. ईश्वर कसा आहे, तर सत्-चित-आनंद रूप ईश्वर आहे. ईश्वर आनंदाचा कंद (आनंदाचा मूळ स्रोत) किंवा उगम आहे. तो निजबोध म्हणजे 'स्व'बद्दल झालेले ज्ञान (Self Knowledge) आहे. हे सगळे ज्या शब्दांत मांडले गेले आहे, ते शब्द मायाच आहेत. कारण माया ही एक शक्ती आहे. आपल्यासारख्या नाशवंत, सान्त, मूर्त जिवाला समजण्यासाठी व स्वस्वरूप ज्ञान होण्यासाठी, मायेच्या कक्षेत येणारे शब्दच वापरावे लागतात. ईश्वररूपाचे विवरण या शब्दातच माणूस करतो. म्हणूनच या तिन्ही रूपातला ईश्वर, मायेच्या कक्षेत येणाऱ्या शब्दांत मांडला जातो.

। आत्मबोध ।

मायेच्या कक्षेतील शब्द । स्वस्वरूप दर्शन करती व्यक्त ।
ईश्वर असे अनंत, असीम । शब्द कैसे पोचावे तिथे ॥
ईश्वर असे सच्चिदानंद । ईश्वर असे आनंदकंद ।
ईश्वर असे निजबोध । परी व्यक्त होई शब्दांत ॥
शब्द निर्माण केले माणसाने । व्यवहार जीवन जगण्यासाठी ।
शब्द नाही पोचत ईश्वररूपापर्यंत । परी माणूस करतो प्रयत्न ॥

ओवी १६

आत्मा ब्रह्म आणि स्वरूप । हेंहि मायेचेंचि रूप ।
रूप आणि अरूप । सकळ माया ॥१६॥

अर्थ : आत्मा ब्रह्मरूप आहे, स्वरूप आहे. (स्वरूप म्हणजे आत्म्याची स्थिती.) रूप आणि अरूप आत्मा, हे मायेचेच रूप आहे.

स्पष्टीकरण : परमात्मा हा अनंत, अखंड, आद्य आहे. तो एकमेव आहे. आपण माणूस आहोत. या जगात आपण वावरतो. आपण सामान्य माणसे, आत्मा-परमात्मा याचा काय आणि किती विचार करणार! सामान्यतः आत्मा अमर असतो, हे आपण ऐकतो. माणसाच्या मृत्यूनंतर त्याचा आत्मा भटकत असतो वगैरे आपण बोलतो.

परमात्म्याबद्दल आपण कसा विचार करतो? रूप म्हणजे दृश्य रूप. एक आकार. हा आकार इंद्रियगोचर असतो. अरूप म्हणजे आकारहीन, आकारशून्य होय. तेच नाम होय. हे इंद्रियगोचर नसते. स्वरूप म्हणजे स्वतःतले 'स्व'चे रूप. 'स्व'चा आकार. हा मी देहात आहे. देह सर्व माणसांना सारखा असतो. माणूसपण या अर्थी, हे सारखेपण सामान्य म्हणूया. स्वरूप म्हणजे आत्म्याची स्वाभाविक स्थिती. व्यक्तीत असणारे, विश्वाला व्यापून उरणारे व त्याला धारण करणारे, जे शुद्ध चैतन्य, असते त्याला आत्मा म्हणतात. ब्रह्म म्हणजे सर्वांत मोठे, असीम, अनंत, अद्वय परमात्मा. असे असूनही आपण भेद करतो. हे सारे मायेचेच रूप आहे.

। आत्मबोध ।

सर्व आहे रूप मायेचे । ब्रह्म आणि स्वरूप आत्मा असे ।
रूप म्हणजे एक आकार असे । अरूप ते आकारहीन असे ॥
ब्रह्म आहे व्यापक, अद्वय, परमात्मा । स्वरूप आत्म्याची स्थिती ।
परमात्म्यावाचून कशास नाही ठाव । परी करतो आपण भेद ॥

ओवी १७

जीव शिव आणि ईश्वर । हाहि मायेचाचि विस्तार ।
विश्वरूप विश्वंभर । अवघी माया ॥१७॥

अर्थ : जीव, शिव आणि ईश्वर मायेचा विस्तार आहेत. विश्वरूप (श्रीकृष्णाचे विराट रूप) आणि विश्वंभर (विश्वाचे भरण पोषण करणारे श्रीविष्णू) हेदेखील मायेमध्येच येतात.

स्पष्टीकरण : 'जीव' म्हणजे सजीवातील चैतन्य आणि 'शिव' म्हणजे विश्वातील चैतन्य. जीवा-शिवाची जोडी असते म्हणतात. ती ईश्वररूप सत्‌चित, आनंदरूप असते. विश्वरूप हिरण्यगर्भ. हा विश्वंभर म्हणजे विश्वाचे भरणपोषण करणारा असतो. परमात्मस्वरूप भेदापलीकडे आहे, कल्पनेपलीकडचे आहे. या परमात्म्यरूपात 'मी ब्रह्म आहे' हे जेव्हा शुद्ध रूपात स्फुरण होते, तेव्हा ते सच्चिदानंद ईश्वररूपच असते.

ईश्वराशी फारकत न घेणारी, वेगळी न होणारी म्हणजे अभिन्न अशी निर्माणशक्ती होय. तिच्यातून ईश्वर विश्वनिर्मितीचा संकल्प करतो. तो संकल्प 'हिरण्यगर्भा'च्या रूपाने विश्वाची निर्मिती होते. हिरण्य म्हणजे सोने. सोन्यासारखा ज्याचा गर्भ प्रकाशमान होतो. त्या प्रकाशाला 'हिरण्यगर्भ' म्हणतात. त्याची प्रथम निर्मिती झाली.

'हिरण्यगर्भ' हा सृष्टीचे मूलतत्त्व असल्याचे वैदिक ऋषी म्हणतात. ऋग्वेदात द्यावापृथिवी (स्वर्ग आणि पृथ्वी), जल, सृष्टी यांना जन्म देणारा आणि पृथ्वीवरील सर्वश्रेष्ठ देव म्हणून हिरण्यगर्भाचा उल्लेख आहे. सूर्य त्याच्या कृपेने प्रकाशित होतो. सूर्याला 'हिरण्यगर्भ' असेही म्हणतात. विश्वात घडणारी प्रत्येक घटना त्याच्या (ईश्वराच्या) संकल्पानुसार घडते. त्याला 'विश्वंभर' म्हणतात. विश्वंभर म्हणजे सगळ्या विश्वाचे पालन करणारा परमेश्वर : विष्णू. विश्वाचे भरणपोषण करणारा.

पण नियती नावाची एक गोष्ट जगात आहे. त्यानुसार घटनेचे नियोजन करणे आणि ती तशी घडवून आणणे, हे काम करणाराला विश्वरूप म्हणतात. जे जे

प्राण्यामध्ये आहे, जे अज्ञानाने सीमित झाले आहे, असे चैतन्य म्हणजे जीव होय. शांती, विनाश, समय, योग, ध्यान, नृत्य, प्रलय आणि वैराग्य यांची देवता म्हणजे शिव होय. सृष्टीचे संहारकर्ता आणि जगत्पिता.

। आत्मबोध ।

जीव, शिव आणि ईश्वर । म्हणती यास मायेचा विस्तार ।
विश्वरूप (कृष्ण), विश्वंभर (विष्णू) । येती मायेच्या जगात ॥

ओवी १८

माया मनास चालक । माया बुधीस व्यापक ।
माया येकीं अनेक । ऐसें बोलणें ॥१८॥

अर्थ : माया मनाला गती देते. माया बुद्धीला आच्छादते. एकच एक सद्वस्तूत अनेकपणा माया दाखवते.

स्पष्टीकरण : सृष्टीत शक्ती असतेच. अचेतन-सचेतन अशा सर्व घटकात शक्ती निवास करते. सचेतनात माणूस मुख्य. मायाच माणसाच्या मनाला चंचल बनवते. माया माणसाच्या बुद्धीवर वर्चस्व गाजवते, स्वार्थाचा विचार करते. एवढेच नाहीतर हीच माया अद्वैत, अद्वय परमात्म्याला अनेक रूपांनी प्रत्ययास आणते. या देह विश्वात माया एकच पण ती अनेकपणाचा खेळ खेळते.

। आत्मबोध ।

मनाचा चालक असे माया । बुद्धिचे व्यापक रूप माया ।
एकात अनेकत्व दाखवे माया । असे बोलणे ॥१८॥

ओवी १९

माया देहास चालवी । माया शब्दास बोलवी ।
माया दृश्यास दाखवी । नेत्रीं रिघोनिया ॥१९॥

अर्थ : मायेच्या शक्तीने देह चालतो. मायेमुळेच वाणी शब्द बोलते. माया डोळ्यात शिरते आणि मग आपल्याला दृश्य रूप दिसते.

स्पष्टीकरण : माणसाचे शरीर जोपर्यंत त्याच्यात प्राण असतो, तोवर जिवंत असते. जीवनशक्तीच्या जोरावर हे शरीर हालचाल करते. हे करणारी शक्ती माया असते. माणसाचे मन शब्दांतून व्यक्त होते. वाणी ही शक्ती आहे. त्यामुळेच माणूस बोलतो. माणसासमोर दृश्य पदार्थ येतात. ते त्याला दृष्टीमुळे दिसतात. अशा प्रकारे माणसात जीवनशक्ती, श्रवणशक्ती व वाणीशक्ती असतात, इंद्रियांची ग्रहणशक्ती या सगळ्यांचे मूळ माया आहे. ही मायाशक्ती विश्व निर्माण करते. त्याचा व्यवहार करते. माणसाच्या जीवनात ही माया वेगवेगळ्या रूपात कार्य करते.

। आत्मबोध ।

देह चालवी माया । शब्द बोलवी माया ।
दृश्य दाखवी माया । डोळ्यात शिरोनी ॥

ओवी २०

मायेनेचि माया चाले । मायेनेंचि माया बोले ।
मायेनेंचि माया हाले । वायोंरूपें ॥२०॥

अर्थ : मायेने माया कार्य करते. कार्य करणारी माया, कार्य करवून घेणारी माया. बोलणारी माया आणि बोलण्याची शक्ती देणारी माया. चलनवलन करणारी माया आणि चलनवलन करायला लावणारी मायाच. शक्तीच्या रूपाने हे सारे माया घडवून आणते.

स्पष्टीकरण : परमात्मस्वरूप असे असते, की त्यात एक अंग असते, जे सद्रूप असते. दुसरे अंग चिद्रूप असते, जे होते. होण्याचे अंग चिद्रूप, तर असण्याचे सद्रूप. चिद्रूप परमात्मा हा आनंदाचा विलास.

। आत्मबोध ।

माया मायेने कार्य करते । माया बोलण्याची शक्ती देते ।
मायाच चलनवलन करते । वायूच्या रूपाने ॥

ओवी २१

तो शिष्य म्हणे जी ताता । माया चाले स्वरूपसत्ता ।
अरे सत्ता तेचि तत्त्वता । माया जाण ॥२१॥

अर्थ : शिष्य म्हणतो की, महाराज माया परमात्मस्वरूपाच्या सत्तेने व्यवहार करते ना? यावर सद्गुरू उत्तर देतात, "अरे होय, सत्ता ही खरोखर मायाच आहे."

स्पष्टीकरण : शिष्याच्या मनात सत्तेविषयी शंका उत्पन्न झाली. कारण शक्तीलाच सत्ता म्हणतात हे शिष्याच्या लक्षात आले नाही. मूळमाया आणि सत्ता एकच. ही शक्ती म्हणजे परमात्मस्वरूपाला स्वतःचे भान आल्यावर, मी आहे, मी ब्रह्म आहे, स्वस्वरूप आहे, याची पूर्ण जाणीव निर्माण होणे. ही जाणीव ज्ञानमय तर आहेच पण अनंत, असीमही आहे. शक्तिसंपन्न आहे. हेच शिष्याला समजले नाही. सारे व्यवहार, माया घडवून आणते, हे कसे? परमात्मस्वरूपाची सत्ता मायेचे सारे व्यवहार घडवून आणते, असे म्हणायला नको का, असा प्रश्न शिष्याला पडतो. याचे उत्तर सद्गुरू शिष्याला असे देतात की, "माया म्हणजे काय शेवटी, तर परमात्मस्वरूपाची सत्ताच आहे. हे जाणीवमय स्फुरण/प्रतिभा म्हणजे माया नाही काय?"

। आत्मबोध ।

शिष्याच्या आली मनात शंका । सारे काही घडविते कशी माया?
गुरूंनी निरसन केली शंका । परमात्मस्वरूप सत्ता म्हणजे नव्हे का माया?

ओवी २२

तरी मायेनें स्वइच्छिया असावें । आणि स्वरूपसत्तेनें नसावें ।
मनास आले तैसें करावें । हें केवी घडे ॥२२॥

अर्थ : तर मग माया इच्छेने वागते असे म्हणायचे. ती परमात्म सत्तेच्या अधीन नसते. आपल्या मनात येईल तसे ती वागते. हे कसे काय घडते?

स्पष्टीकरण : शिष्याच्या मनात गुरूंचे उत्तर ऐकूनही पुन्हा शंका येतेच. त्याचा काहीसा गोंधळ उडाला आहे. परमात्मस्वरूपाची सत्ता किंवा मी आहे हे जाणीवमय स्फुरण, म्हणजेच माया असे गुरू सांगतात. याचा अर्थ सत्ता ही माया आहे असे म्हटले, तर तीच सारे काही करते. हे ऐकून शिष्याला काही प्रश्न पडतात. माया आणि परमात्मस्वरूप एक कसे? दोहोंना स्वतंत्र अस्तित्व नाही का? परमात्मा अनंत, असीम, अद्वैतरूप आहे ना? मी आहे हे भान त्याला होते/असते ना? ईश्वर, शिव, जीव, गुणमाया, विश्व या संकल्पना स्वतंत्र कशा असतील? परमात्मा व माया स्वतंत्र झाले तर द्वैत-अद्वैत मानावे लागेल. हे बरोबर नाही, असा शिष्याचा आक्षेप आहे.

। आत्मबोध ।

ऐकून गुरूंचे उत्तर, शिष्याच्या मनी तरी उरे शंका ।
सत्ता माया आहे, तर मायाच सारे काही करते का?

ओवी २३

खऱ्यावरी लटिकें चौताळलें । लटिकें मर्यादेनें राहिलें ।
ते तुवां गर्भांधाने देखिले । हे अघटित वार्ता ॥२३॥

अर्थ : जे खरे आहे, त्यावर जे खोटे आहे, त्या विचारांचे रान चोहोबाजूंनी माजले आहे. जे खोटे आहे ते आपल्या मर्यादित राहिले. जन्मांध असा जो तू, त्याने ते पाहिले. ही सगळी मोठी अघटित गोष्ट आहे.

स्पष्टीकरण : जे खरे असते ते खरेच असते. त्याचे असणे नाहीसे होत नाही. जे खोटे असते ते नसतेच. ते प्रत्यक्ष असत नाहीच. जिथे सत् आहे, तिथे असत् नसते, खरे आहे तिथे खोटे नसते. त्यामुळे जे नाही त्याला मर्यादा कशी असणार. ते सीमित आहे असे होऊ शकत नाही. आंधळा माणूस पाहणार कसे? कारण त्याला दृष्टीच नाही. त्याने पाहिले, त्याला दिसले असे म्हणण्याला अर्थ नाही. त्यामुळे या तिन्ही गोष्टी असंभाव्य आहेत. १)जे सत् आहे, त्याला असत्‌ने झाकले आहे, २) असत्/खोटे मर्यादा सांभाळून राहिले, ३) जन्मांध माणसाने पाहिले. या गोष्टी तर्कसंमत नाहीत.

। आत्मबोध ।

जे सत्य ते सत्य असे । नाही जात त्याचे सत्य पण ।
जे असत्य ते असत्य । नाही तिथे त्याचे असत्यपण ॥
जो असे जन्मांध । तो कसा पाहील ।
हे नसे तर्क संमत । जाणावे तू ॥

ओवी २४

तैसी माया हे नाथिली । आणि स्वरूपसत्तेनें चालिली ।
ते तुवां गर्भांधाने देखिली । हे वार्ता सांगसी ॥२४॥

अर्थ : समर्थ शिष्याला म्हणतात, ''नसलेली माया आहे, असे तू म्हणतोस. ती स्वरूपसत्तेने चालते, असे म्हणतोस, आणि हे सारे जो जन्मांध तू, त्याने पहिले अशा गोष्टी सांगतोस.''

स्पष्टीकरण : इथे समर्थांचे रूप बदलते. शिष्याला ते खडबडून जागे करतात. जागे करताना शिष्याला ते काही गोष्टींची आवर्जून जाणीव करून देतात. प्रथमतः ते शिष्याला जन्मांध म्हणतात. 'गर्भांधा'ने म्हणजे जन्मजात अंध. गर्भातून बाहेर आल्यापासूनच अंध. या समर्थांच्या म्हणण्याला खूप मोठा अर्थ आहे.

सामान्यतः आपल्या आजूबाजूच्या गोष्टींचे ज्ञान, आपण आपल्या ज्ञानेंद्रियातून मिळवतो. नाक, कान, त्वचा, जीभ या चारही बरोबर येते, ते पाचवे, महत्त्वाचे ज्ञानेंद्रिय म्हणजे डोळे. मूल आधी बघते आणि मग समजून घेते.

पाहिल्यावर प्रत्येकाला काय प्रचिती येईल, हे ज्याचे त्याचे वेगळे. इथे असणारा शिष्य व्यावहारिक जगात अनेक गोष्टी पाहतो आहे. मात्र नेहमीच्या व्यावहारिक गोष्टींपलीकडे अशा वस्तू आहेत, की ज्या पाहायला ही नेहमीची दृष्टी उपयोगी पडत नाही. त्या गोष्टी समजून घ्याव्या लागतात. दृष्टीला तसा सराव करावा लागतो. हे शिकवणारा गुरू, संत असतो.

ही दृष्टी प्राप्त झाल्यावर शिष्याला ईश्वर, आत्मा, परमात्मा, आत्मरूप या प्रांतातले दिसू लागते. हीच दृष्टी जर शिष्याला नसेल तर तो जन्मांध ठरतो आणि तेव्हाच तो अशी विधाने करतो. परमात्म्याची माया शिष्याला कळली नाही म्हणूनच शिष्याची विधाने ऐकून, शिष्याला काही गोष्टी सांगण्याची वेळ समर्थांवर आली आहे. अशा शिष्याच्या बोलण्याला किंमत कशी द्यायची?

। आत्मबोध ।

समर्थ करती जागे शिष्याला । जाणीव देती काही गोष्टींची ।
ज्ञानेंद्रिये देतात ज्ञान माणसाला । किंमत अधिक आहे डोळ्यांची ॥
वेगळी दृष्टी घ्यावी समजून । त्यासाठी जावे गुरूंना शरण ।
मग परमात्मा, आत्मा प्रांतातले । दिसू लागे शिष्याला ॥
दृष्टी नसेल ही शिष्याला । तर तो आहेच जन्मांध ।
अशा शिष्याच्या बोलण्याला । किंमत कशी द्यावी ॥

ओवी २५

जें जालेंचि नाहीं सर्वथा । तयावरी निर्गुणाची सत्ता ।
ऐसें हें ज्ञातपणे बोलता । तुज लाज नाही ॥२५॥

अर्थ : इतके सांगूनही शिष्याला शंका आहेच. तो विचारतो, ''माया मुळी कधी निर्माण झालीच नाही. अशा त्या नसलेल्या मायेवर निर्गुण परमात्म्याची सत्ता चालते.'' तेव्हा त्याला उद्देशून समर्थ म्हणतात, ''अरे, तुला वाटत आहे की माया आणि परमात्मा यांचा संबंध तुला समजला आहे. याची तुला लाज वाटत नाही का?''

स्पष्टीकरण : 'आत्माराम' हा ग्रंथच मुळी गुरू-शिष्य यांचा संवाद आहे. शिष्य त्याच्या शंका गुरूंना विचारतो. शिष्याच्या शंकांचे निरसन करताना, श्रीसमर्थ अतिशय संयमी शब्दात उत्तरे देतात. हे महत्त्वाचे आहे. शिष्याच्या शंकांचे पूर्ण निरसन करणे, हे निरसन करताना, शिष्याला कमी न लेखणे, या गोष्टी कटाक्षाने त्यांनी पाळल्या आहेत. हे आजच्या काळातही महत्त्वाचे आहे.

केव्हाही अनुभव आणि ज्ञान याबाबतीत गुरू श्रेष्ठच असणार. वयावर हे अवलंबून नाही. गुरूंचा दृष्टिकोन ब्रह्मसाक्षात्कारावर आधारलेला आहे. जीव, जगत्, माया, ईश्वर, परमात्मा यांबद्दल गुरूंचा विचार वेगळा आहे. शिष्याचा दृष्टिकोन वेगळा आहे. शिष्य या सगळ्याचा विचार प्रत्यक्ष अनुभवावर करतो. दोन्ही दृष्टिकोन वेगळे आहेत. दोन्ही वेगळे विचारप्रवाह आहेत. त्यामुळे शंकेचे निरसन करताना, गुरूंना जास्त प्रयत्न करावे लागतात.

केव्हाही गुरूंना त्यांच्या ज्ञानाचा दृष्टिकोन शिष्याला सांगताना, केवळ तो सांगून चालत नाही, तर समोरच्याचा अज्ञानी दृष्टिकोनही गुरूंना खोडून काढावा लागतो. हे करताना शिष्य दुखावला जाणार नाही, याची काळजी घ्यावी लागते. शिष्याच्या दृष्टिकोनात अपुरेपणा, न्यूनता, सदोषता आहे, हे गुरूच पटवून देतात. समर्थांनी अशीच पद्धत स्वीकारलेली दिसते.

कदाचित व्यवहाराचे ज्ञान शिष्याला असेलही, पण परमात्मस्वरूपाचे साक्षात ज्ञान त्याला नाही. या अर्थाने तो अज्ञानी आहे. खरे पाहता जग मिथ्या आहे. म्हणजे नाशवंत आहे. जग निर्माण झाल्यावर, त्यात जिवांची निर्मिती झाली. या जिवाचे रूपांतर शिवात करायचे असेल, तर त्यासाठी गुरूंशिवाय पर्याय नाही, असे शिष्य मानतो. शिष्याला जिज्ञासा आहे की जीव, जगत्, माया, ईश्वर, परमात्मा यांचा परस्परसंबंध काय आहे.

शिष्य गुरूंना विचारतो, ''हे आजूबाजूचे जग काय आहे?''

श्रीसमर्थ रामदास म्हणजे गुरू उत्तर देतात की, परमात्मस्वरूप जीवाला दिसत नाही. कारण जीव अज्ञानी आहे आणि दिसले तर जसे आहे, तसे दिसत नाही. जिवाला जे दिसते ते खरे आहे, असे तो मानतो. बरेच वेळा त्याला भास होतो. जे जसे नाही ते तसे दिसणे, ही गोष्ट माया या विलक्षण शक्तीमुळे घडते. कारण ती माया मायावी आहे. हरिणाला जसा पाणी आहे हा भास होतो, तसाच शिष्याला परमात्म्याचा होतो. पण जेव्हा शिष्याला परमात्मस्वरूपाचे ज्ञान होते, साक्षात्कार

होतो तेव्हा खऱ्या ज्ञानाची निर्मिती होते. जगाचा होणारा आभास, जगाचे त्याला जे दिसते, ते रूप नष्ट होते. ज्याला परमात्मस्वरूपाचे खरे ज्ञान होते, त्याला विश्व वेगळे राहत नाही. परमात्म्याशिवाय विश्व त्याला वेगळे वाटत असते. जेव्हा त्याला परमात्म्याचे ज्ञान होते, तेव्हा त्याशिवाय वेगळे काहीच नाही, हे त्याला समजते. जीव आणि जगत् निर्माण झाले, हे मान्य केल्यावर जीव, जगत् आणि परमात्मा यांचे ऐक्य दाखवणे, याला अद्वैतवाद म्हणतात. जीव, जगत आणि परमात्मा यांच्यात भिन्नता नाही. हे अद्वैत आहे.

। आत्मबोध ।

परमात्मस्वरूपाचे ज्ञान नसे । म्हणून मानी तो जगत् सत्य ।
जिवाला शिव बनविण्यास । करावे गुरूकडून श्रवण ॥
परि परमात्मस्वरूपाचा साक्षात्कार । जेव्हा होईल शिष्याला ।
मग जगद्रूपी आभास । नष्ट होईल ॥

ओवी २६

सकळ माया ऐसेंहि म्हणतां । आणि जालीच नाही ऐसेंही सांगतां ।
तरी म्यां काय करावें आतां । सांगा स्वामी ॥२६॥

अर्थ : शिष्य विचारतो, ‘‘स्वामी, सर्व काही मायाच आहे असे आपण म्हणता. दुसरीकडे माया झालीच नाही असेही सांगता. हे परस्पर विरोधी आहे, त्यामुळे मी काय करावे, हे मला समजत नाही. आता मी काय करावे, हे मला सांगा.’’

स्पष्टीकरण : अशा शंका शिष्याने विचारणे स्वाभाविक आहे. समर्थांना जे सांगायचे आहे ते सकृतदर्शनी परस्परविरोधी वाटले, तर त्यातला मूळ अर्थ समजून घ्यायला शिष्याला त्या उंचीपर्यंत पोहोचावे लागणारच. तत्पूर्वी शिष्य अशा शंका विचारणारच. दृश्य जग, आजूबाजूचे विश्व हे नाशवंत आहे. तसे असे असले तरी सामान्य माणसाला त्याचा मोह होतोच. ही माया आहे. जे नाही ते आहे, असे मानायला लावते ती ही मायाच. सगळे व्यवहार माणसामाणसात घडतात ते या मायेमुळेच. मग माया नाही म्हणजे काय? तर असा एक प्रदेश, प्रांत

आहे जिथे नेहमीचे रूढ व्यवहार संपतात. नेहमीची नाती संपतात. बुद्धी अशा एका टप्प्यावर येऊन थांबते की जिथे बुद्धीचे निकष संपतात. सान्ताचा प्रांत तो ओलांडू शकत नाही. स्वरूपवाद आणि स्वरूपानुभव यातला फरक समजण्यासाठी, माया नाही आणि माया आहे हे समजण्यासाठी शिष्य अधीर होणे, साहजिक आहे. त्यासाठी इथे शिष्य शंकाही विचारतो आणि त्या शंकेचे निरसन होत नाही, म्हणून व्याकूळही होतो.

। आत्मबोध ।

शिष्य विचारी शंका । काय करावे समजेना ।
माया आहे आणि नाही । स्वामी शंका निरसन करा ना ॥
बुद्धीच्याही पलीकडे । तिथून पुढे प्रांत वेगळा ।
दोन्हीत असे फरक । विरोध असे आगळा ॥

ओवी २७

अरे! मनासी जें जें अनुभवले । तें तें माईक नाथिलें ।
तितुकें तुवा टाकिलें । पाहिजे स्वानुभव ॥२७॥

अर्थ : अरे, आपल्या मनाच्या अनुभवाच्या कक्षेत जे जे येते ते सारे मायानिर्मित आहे. ते खरोखर असत्य आहे, असा अनुभव स्वतः घ्यावा आणि मगच त्याचा त्याग करावा.

स्पष्टीकरण : पंचेंद्रियातून आपण ज्ञान, माहिती मिळवत असतो. अर्थात मन हे सहावे इंद्रिय मानले आहे. कारण आपण जे ज्ञान, जी माहिती मिळवतो, त्यावर मन संस्कार करते. आपल्या या ज्ञानाला, माहितीला मर्यादा आहेत. जेवढे आपल्याला दिसते तेवढेच नसते. बरेच वेळा गोष्टी हिमनगासारख्या असतात असे आपण म्हणतोही, तरी आपण आपला अनुभव मानतो. जेवढी माहिती आत येते, मन तिच्यावर संस्कार करते. म्हणजेच त्या माहितीचा अर्थ, संदर्भ लावण्याचे काम आपले मन करते. प्रत्येक माणसाची घडणाऱ्या घटनांकडे पाहण्याची, त्याचा अर्थ लावायची दृष्टी आणि दृष्टिकोन त्याचा त्याचा असतो. त्यावर आधारलेले त्याचे

वागणे असते. प्रत्येकाचे एक खासगी व मानसिक प्रतिमामय जग तो तयार करतो. ते खरे असतेच असे नाही. हे सारे मायानिर्मित आहे. त्यामुळे त्याचा त्याग करावाच लागेल. कारण ते असत्य असते. या आपल्याच मनाने कल्पिलेल्या जगाचा त्याग करणे, याला सद्गुरू दृश्यविलय (विलीन होणे, नाश होणे, अस्त होणे, अनेक गोष्टींचे एकत्रीकरण होणे) म्हणतात. आपले मन सीमित आहे, अनेक गोष्टीत रमणारे आहे, तर बाहेरील दृश्य जगाचे ज्ञान करून देणारे आहे. या आपणच निर्माण केलेल्या जगाचा आपण स्वतःच अनुभव घ्यायचा. या अनुभवाच्या आधारावरच त्याचा त्याग करायचा, कारण आपले मन जे जे काही निर्माण करते, ते मायानिर्मितच आहे.

। आत्मबोध ।

मन मिळवी ज्ञान, माहिती । त्याला मानतो अनुभव ।
परि हे असे मायानिर्मित । करावा तयाचा त्याग ॥
आपणचि घ्यावा अनुभव । जे असे खरोखर असत्य ।
जे असे मायानिर्मित । सोडून द्यावे ते ते ॥

ओवी २८

सकाळ हि माया परी नाथिली । स्वरूपी तों नाही राहिली ।
येवं आहे नाहीं हे बोली । माया जाण ॥२८॥

अर्थ : आपल्या मनाला भासणारे सर्व काही मायानिर्मित आहे. ते लटके (नाथिले) आहे, असत्य आहे. परमात्मस्वरूपाच्या ठिकाणी माया मुळी राहातच नाही. याप्रमाणे माया आहे व माया नाही, अशी भाषा वापरावी लागते. हा देखील मायेचाच एक प्रकार आहे.

स्पष्टीकरण : मनात किती तरी गोष्टी अशा घडत असतात, ज्या लटक्या असतात, खऱ्या नसतात. तरी मन त्यात दंग असते. तेच आठवते. हे सारे मायावी असते. मायानिर्मित असते. परमात्मस्वरूपाच्या बाबतीत वेगळे असते. एकदा हा अनुभव आला, आपण स्वरूपाला जाणू लागलो, की तिथे असत्य काही असत नाही. तिथे माया मुळी नसतेच. स्वरूपाचा अनुभव असणे आणि स्वरूपाचा अनुभव

नसणे, अशा दोन स्थिती नसतात. पहिल्या स्थितीत सर्व स्वरूपमय दिसते. कारण इथे स्वरूपच जाणलेले असते. दुसऱ्या अवस्थेत दृश्य भासते, ज्यांना ते तसे भासते. त्यांना स्वरूपानुभावाची कल्पना देताना स्वरूपानुभवात माया उरत नाही, अशी भाषा वापरावी लागते. मायेबद्दल बोलताना मायेच्या मर्यादेत, हद्दीत येऊन बोलावे लागते. इथे हे निवेदन करणे असते आणि निवेदन करण्यात द्वैत निर्माण होते. दोन्हीत भेद असावा लागतो. माया आहे म्हणा किंवा नाही म्हणा, ही भाषा वापरणे हा देखील मायेचाच एक प्रकार असतो.

। आत्मबोध ।

जे जे मनाला भासते । ते ते असे मायानिर्मित ।
परमात्मस्वरूपाच्या ठायी । माया नसे राहत ॥

ओवी २९

येवं सांगतों तें ऐकावें । माईक मायेतें जाणावें ।
आतां मनन करावें । सावध होऊनी ॥२९॥

अर्थ : श्री समर्थ शिष्याला सांगतात, ''मी सांगतो ते तू नीट ऐकून घे. दृश्य मायिक आहे, हे अशा रीतीने मायेनेच जाणून घ्यावे. याबद्दल एकाग्र मनाने विचार करावा.''

स्पष्टीकरण : आजूबाजूचे विश्व मायामय आहे, आणि मायेनेच ते समजून घेतले तर बरे! कारण स्वरूपानुभवाच्या आड माया येते. माया त्याला तिथपर्यंत जाऊच देत नाही. आपण सारेच या मायेच्या अमलाखाली असतो. माया आपल्या रूपाने वावरत असते किंवा आपण मायारूप असतो. त्यामुळेच जे असत्य आहे, ते आपल्याला सत्य वाटते. जरी आपण अज्ञानी असलो, तरी आपल्याला काही प्रमाणात ती जाणीव असते, तरीही मला सगळे कळते, मी ज्ञानी आहे असा आव आपण आणत असतो. हाही मायेचाच प्रभाव असतो.

म्हणून जर शिष्याने आत्मा-अनात्मा असा विवेक केला, सदसद्विवेक बुद्धी वापरली, तर मायेच्या प्रभावाखाली असूनही मायेचा प्रभाव कसा चालतो, हे त्याला

कळेल. माया स्वरूपानुभवाच्या आड येते! तिला बाजूला सारले तरच स्वरूपानुभव घेता येईल. त्यानंतर आपण तिच्यातून किंवा ती आपल्या मार्गातून बाजूला होईल. यासाठी विचार करावा लागेल, हे सर्व कसे करायचे याचे चिंतन करावे लागेल. विवेकबुद्धीनेच ते करावे लागेल, याला मनन म्हणतात. याचा मार्ग संतांनी आपल्या पुस्तकातून/ग्रंथातून मांडला आहे. तो मार्गदर्शक ठरेल.

। आत्मबोध ।

माया वावरते आपल्यात । आपण वावरतो मायेच्या प्रभावात ।
म्हणून तुला कळेल मायेचा प्रभाव । दूर सार त्यासी ॥
मग होशील स्वरूपानुभव । माया मार्गातून दूर होईल ।
विचार, चिंतन, मनन करावे । याच साठी ॥

मायेचे साम्राज्य

ओवी ३०

मायेकरिता माया दिसे । मायेकरिता माया नासे ।
मायेकरिता लाभ असे । परमार्थस्वरूपाचा ॥३०॥

अर्थ : मायेच्या प्रभावाने हे मायावी विश्व दिसते, पण तिच्यामुळेच दृश्य जगाचा निरासही होतो. मायेच्या साहाय्यानेच आत्मस्वरूपाच्या अनुभवाचा मार्ग प्राप्त होतो.

स्पष्टीकरण : उत्क्रांती ही विश्वाची प्रकृती आहे. काळानुरूप सगळे जग उत्क्रांत होत आले आहे. सगळेच या जगात मर्त्य आहे. कोणतीच गोष्ट कायम टिकणारी नाही. या अफाट विश्वात माणूस म्हणजे एक बिंदू आहे. विश्वात सगळीकडे सजीव-निर्जीव वस्तूंचा पसारा आहे. त्या रूपाने प्रचंड शक्ती काम करत आहेत. या सर्व शक्ती एका मूळ अव्यक्त शक्तीची रूपे आहेत. तीच माया. उलट ती प्रत्यक्ष ईश्वराचीच चित्शक्ती आहे. त्यामुळे तीही असीम, अनंत आहे. माणसाच्या जीवनात आणि संपूर्ण विश्वाच्या जीवनात (स्थूल-सूक्ष्म, दृश्य-अदृश्य, प्रापंचिक-

पारमार्थिक, चल-अचल इ.) जे जे घडते, ते ते मूळ मायेच्या शक्तीने घडते. मनुष्यात असणाऱ्या मोहामुळे तो सुखकारक जीवन जगतो. आपण याला देहभोग म्हणू. ते घेणारा सामान्य माणूस आणि ईश्वररूपात समावेश होणारा जीवन्मुक्त जीव, या सर्वांत चित्शक्तीचे अफाट सामर्थ्य कार्यरत असते. 'आत्माराम' ग्रंथातील ओवी ३० ते ३८ या ओव्यांत, हे सामर्थ्य अध्यात्माच्या अनुरोधाने समर्थांनी दाखवून दिले आहे. साधकाला जेव्हा जाणीव होते, की आपल्या जगण्यातही त्या ईश्वरशक्तीचे सामर्थ्य अखंडपणे कार्यरत असते, तेव्हा त्याचा परमार्थ, त्याचे स्वस्वरूप जाणणे फळाला येते. दासबोधात शारदास्तवन करताना जी शारदा गौरवली आहे, ती ही मायारूपी शक्तीच आहे.

मायेच्या प्रभावाने मायावी विश्व दिसते. मायेमुळेच दृश्य जगाचे निराकरण होते. मायेच्या सहाय्यानेच मार्ग मोकळा होतो. हा मार्ग आत्मस्वरूपाच्या अनुभवाचा असतो.

। आत्मबोध ।

मायावी विश्व मायेच्या प्रभावाने दिसते ।
दृश्य जगाचे निरसन मायेमुळेच होतसे ।
मायेच्या मदतीनेच मार्ग प्राप्त होतसे ।
हा मार्ग म्हणजे आत्मस्वरूपाचा असे ॥

ओवी ३१

माया भवसिंधूचे तारू । माया पाववी पैलपारू ।
मायेवीण उद्धारू । प्राणीयास नाहीं ॥३१॥

अर्थ : माया म्हणजे संसाररूपी सागरातून पलीकडच्या तीराला नेणारी नौका आहे. मायेवीण प्राणिमात्रांचा उद्धार, अज्ञानाचा नाश होत नाही.

स्पष्टीकरण : सगळे मिळूनही माणूस असमाधानी असतो. सतत त्याला कसली ना कसली तरी हाव असते. काहीतरी मिळण्यासाठी तो धडपड करत असतो. त्याच्या जगण्यात सतत बदल होत असतो. त्याच्या शरीरात, मनात व बुद्धीत बदल

होत असतो. भौतिक जगात माणसाला समाधान नसते. अधिक, अजून अधिक ही त्याची हाव संपतच नाही. तो जर स्वरूपात मग्न झाला, तर मात्र त्याला भौतिक सुखाचा, जगाचा विसर पडतो. यामुळेच जिवाला भवसागराच्या पलीकडे नेले जाते. अर्थात जिवाला भवसागरातून बाहेर काढून, आत्मस्वस्वरूपात स्थिर करण्याचे काम माया करते. कारण तिच्यात तेवढी शक्ती असते. आत्मज्ञान झाल्यावर मात्र माया बाजूला होते. तिने असे बाजूला होणे, ही तिची शक्ती आहे. संसाराच्या भवतालातून ती माणसाला वाचवते. म्हणून मायेवीण प्राणिमात्रांचा उद्धार अशक्यच आहे.

। आत्मबोध ।

नसे समाधानी मानव । कितीही त्याला मिळो तरी ।
भौतिक सुख तो त्यागेल । जेव्हा मायाच काम करी ॥
करी आत्मज्ञानात स्थिर माया । होई ती बाजूस ।
असे हीच शक्ती तिची । भवसागर पार करूनी नेई पैलतीरास ॥

ओवी ३२

मायेकरितां देव आणि भक्त । मायेकरितां ज्ञाते विरक्त ।
मायेकरिता जीवन्मुक्त । होती स्वानुभवे ॥३२॥

अर्थ : मायेमुळे देव आणि भक्त यांचा संबंध निर्माण होतो. मायेमुळे ज्ञानी पुरुष इहलोकातून विरक्त होतो. मायेमुळे स्वरूपसाक्षात्कार घडून, संत जीवन्मुक्त होतात.

स्पष्टीकरण : माया म्हणजे द्वैत. माया अनेक रूपांत असते. याचा परिणाम स्वरूपाची, आत्मज्ञानाची वाट क्षणभर का होईना विसरली जाते. माणसाच्या मनात सतत द्वैतभावना असते. एकरूप होणे, एकजीव होणे अवघड असते. कारण मायाच. ती जिवाला स्वरूपापासून दूर ठेवते. मायेमुळे देव आणि भक्त यांचा संबंध निर्माण होतो. देव आणि भक्त यांच्यात माया द्वैत निर्माण करते.

भक्त ईश्वरी प्रेमाचा आनंद लुटतो. हा चमत्कार मायेमुळे घडू शकतो. ज्ञानी पुरुषालाही मोह, वासना असतेच. शिवाय बाह्य वस्तूंची आसक्तीही असते. या दोन्ही

गोष्टी एखादा जीव टाळू शकत नाही. इथेही माया असे काम करते, की यांचा यशस्वी प्रतिकार करून, माणसाला आत्मज्ञानापर्यंत पोहोचवण्याचे काम ती करते. ज्ञान मिळवताना जाणीवपूर्वक, समजपूर्वक जीव वेगळा राहतो. त्याला जे माहीत करून घ्यायचे आहे ते करतो, ज्ञान मिळवतो. या ज्ञानात अखंडता नसते. या ज्ञानाचा दर्जा बरेच वेळा निकृष्ट असतो. पण ज्ञानाचा हा बाह्य प्रवाह निरूपयोगी आहे, हे ज्ञान माया देते. यावेळी ज्ञान घेणारा माणूस, ज्ञान घेण्याच्या प्रक्रियेत जे जाणून घ्यायचे आहे, त्याच्याशी एकरूप होतो. हे ज्ञान निकृष्ट नसते. हे ज्ञान आत्मज्ञानापर्यंत पोहोचवते.

परिस्थितीतून माणूस बाहेर पडण्याचे श्रेय मायेला नेहमीच द्यायला हवे. यापुढे ज्ञात्याने मिळवलेल्या ज्ञानाचा दर्जा निश्चित, अखंड आणि उत्कृष्ट असतो. हे ज्ञान मिळवणे म्हणजे आत्मज्ञानाच्याकडे जाणे. हा अनुभवच आत्मानुभव होय. माया जर आपल्या सामर्थ्याने माणसाच्या द्वैत रूपातून बाहेर पडली नसती, तर देव आणि भक्त यांचे अद्वैत निर्माण झाले नसते.

। आत्मबोध ।

एकजीव होणे कठीण । जिवाला स्वरूपापासून ठेवे दूर ।
देव आणि भक्तात । द्वैत निर्माण करी माया ॥
पुरुष असे वासनाधीन । परी तया करी वासनाशून्य ।
जो ज्ञान मिळवी अखंड । मग आत्मज्ञानापर्यंत तो पोहोचतो ॥

ओवी ३३

मायेकरितां वेदश्रुति । मायेकरितां नाना वित्पत्ति ।
मायेकरितां होती । मूढ ते विवेकी ॥३३॥

अर्थ : वेद आणि उपनिषदांची निर्मिती माया करते. वेद म्हणजे चार वेद. आणि श्रुती म्हणजे उपनिषदे. मायेच्या रूपाने विविध ज्ञानशाखा निर्माण होतात. मायेमुळेच मूर्ख, प्रमादशील व्यक्ती विवेकशील बनतात.

स्पष्टीकरण : भारतीय प्राचीन ज्ञानाचे दर्शन वेद-उपनिषदांत होते. यांची निर्मिती ऋषीमुनींनी केली आहे. यासाठी त्यांनी चिंतन, मनन केले. या तपश्चर्येत

ते आकंठ बुडाले होते. त्यांना स्वतःचा विसर पडला होता. विश्व आणि ईश्वर यांच्याबद्दलचे त्यांचे विचार गूढ, अनाकलनीय होते. याचीच मांडणी त्यांनी वेदोपनिषदात केली आहे. मायेनेच याची निर्मिती केली आहे. कारण ईश्वरचिंतनात आणि विश्वचिंतनात दंग झालेल्या स्थितीतून त्यांना मायेनेच बाहेर काढले. आपण काय विचार केला, हे ते समजून घेऊ शकले. ही समज म्हणजे वेद आणि उपनिषदांची निर्मिती.

माणूस बाह्य रूपात बदल घडवून आणतो. ते काहीसे शक्य आहे. पोशाख, राहणीमान, अन्न अशा अनेक बाबतीत तो बदल करतो. पण अंतरंगात बदल घडणे अवघड. 'आधी होती दासी । पट्टराणी केले तिसी । तिचा येळकोट राहीना । मूळ स्वभाव जाईना ।' असे तुकाराम महाराज म्हणतात ते याच अर्थाने! स्वभाव म्हणजे अंतरंग बदलणे कठीण. मूर्ख माणसाच्या मनात बदल घडवून, त्याला आत्मा-अनात्म यांच्यातला फरक समजावून देऊन, त्याला विवेकी बनवण्याचे काम मायाच करते.

। आत्मबोध ।

ऋषीमुनींची निर्मिती वेद आणि उपनिषद ।
मायेनेच केली यांची निर्मिती जाण ॥
तैसेच जे असली मूढ । बदल होई त्यांच्या अंतरंगात ।
सूज्ञ आणि विवेकी बनवी त्यांस । चमत्कार करी माया ॥

ओवी ३४

माया परमार्थाचें अंजन । मायेकरितां जोडे निधान ।
मायेकरितां सावधान । साधक स्वरूपीं ॥३४॥

अर्थ : माया म्हणजे परमार्थ दाखवणारे अंजन होय. माया आपल्याला ठेवा मिळवून देते. मायेसाठी साधक स्वतःच स्वरूपासाठी एकाग्र होतो.

स्पष्टीकरण : डोळ्यांत काजळ घातले की, चांगले दिसते, डोळे स्वच्छ होतात. परमार्थ गूढ आहे, तसा अगम्य आहे. सामान्य माणसाला स्थूल/जड गोष्टी सहज दिसतात. कधीकधी त्याही दिसत नाहीत. पण असे म्हणू या, की सामान्यतः सर्वांना सामान्य गोष्टी दिसतात. पण परमार्थ दर्शनासाठी वेगळी, विशिष्ट दृष्टी लागते.

ही दृष्टी इंद्रियापलीकडची असते आणि ती फक्त मायेमुळेच मिळते, म्हणून समर्थ म्हणतात, की माया म्हणजे परमार्थ दाखवणारे काजळ आहे. स्वानंद या शब्दातच त्याचा अर्थ आहे. तो आपल्यात आहे, कुठे दुसरीकडे नाही. तरी सगळ्यांनाच हे ज्ञात होते, असे नाही. माया हा स्वानंदाचा ठेवा आपल्या स्वाधीन करते.

ज्ञान मिळवणे हे साधकाचे कार्य असते. स्वतःचे अंतरंग, स्वस्वरूप जागृत ठेवणे म्हणजेच ज्ञान आणि याचा विसर म्हणजे अज्ञान. साधक सतत आत्मा स्मरणात ठेवतो. त्याचा अभ्यास करतो. साधकाला जर याची विस्मृती होत असेल, आणि या विस्मृतीला बाजूला सारून आत्म्याची स्मृती ठेवायची असेल, तर चित्त एकाग्र करावे लागते. यासाठी खूप ताण पडतो, त्रास होतो. जिवाची शक्ती कमी पडते. अशावेळी साधकाच्या मदतीला मायाच येते आणि साधकाला स्वरूपाचे स्मरण ठेवण्यासाठी, लक्ष्य केंद्रित करण्यासाठी शक्ती देते.

। आत्मबोध ।

माणसास दिसती स्थूल जड वस्तू । परमार्थ दिसण्यास लागे वेगळी दृष्टी ।
असे ती इंद्रियापलीकडची । परी मायेमुळेच मिळते ती वेगळी सृष्टी ॥
जरी होई विस्मरण आत्म्याचे साधकास । त्रास होई चित्त एकाग्रतेस ।
अशावेळी येई मायाच मदतीस । तीच देई शक्ती साधकास ॥

ओवी ३५

मायेकरितां स्वहित घडे । मायेकरिता भ्रांती उडे ।
मायेकरितां बिघडे । प्रपंचभान ॥३५॥

अर्थ : मायेमुळेच आत्मकल्याण घडून येते. मायेच्या सामर्थ्याने जे ज्ञान मिथ्या असते, ते नष्ट होते. जे दृश्य विश्व आहे, त्याची प्रतीती मायाच नष्ट करते.

स्पष्टीकरण : सामान्य माणूस भौतिक गोष्टी मिळवण्यात आणि त्या मिळाल्या, की त्यांचा उपभोग घेण्यात दंग असतो. घरदार, पैसा, सोने-नाणे यात त्याचे सुख आणि आनंद असतो. या वस्तू मिळाल्या की त्याला आनंद होतो, न मिळाल्यास दुःख होते. यात दंग असता आत्मा, परमात्मा यांपासून तो खूप लांब असतो. माया

अशावेळी त्याला जागृत करते, सावध करते. त्याला आत्मरूपाकडे जाण्यास प्रवृत्त करते, स्वस्वरूपाकडे वळण्यास प्रवृत्त करते. त्यामुळे माणसाच्या मनातील भ्रम, गैरसमजुती दूर होतात. सामान्य माणूस प्रपंचात दंग असतो. सतत त्याला प्रपंचाची ओढ असते, काळजी असते, चिंता असते. सारे काही या प्रपंचासाठी तो करत असतो. अशावेळी माया त्याला यातून बाहेर काढते. हे काम कठीण असले, तरी माया ते सहज करते.

खरे तर एका बाजूला स्वतः प्रपंच न करणारे समर्थ, विवाहातून बाहेर पडणारे समर्थ 'प्रपंच करावा नेटका' असे म्हणतात तेव्हा गोंधळ होतो. प्रपंचात राहून प्रपंचापासून बाजूला राहणे, हे तेव्हाच शक्य होते, जेव्हा 'शरीर प्रपंच' 'नेटका' (नेमका, योग्य) केला जातो आणि मन मात्र भौतिकतेतून बाहेर पडलेले असते. स्वस्वरूपाकडे वळलेले असते.

। आत्मबोध ।

जे ज्ञान मिथ्या ते होई नष्ट । जे दृश्य विश्व त्याची प्रतीती होई नष्ट ।
म्हणून घडे आत्मकल्याण स्पष्ट । प्रपंचाचे भान नाश पावे ॥

ओवी ३६

मायेविण ज्ञान कैचें । माया जीवन सकळ जीवांचे ।
मायेविण साधकांचें । कार्य न चलें ॥३६॥

अर्थ : माणसाला मायेमुळेच ज्ञान प्राप्त होते. सर्व जीव मायेच्या प्रचंड शक्तीने जिवंत असतात. मायेच्या मदतीशिवाय साधकाची साधना चालत नाही.

स्पष्टीकरण : बुद्धीनेच ज्ञान मिळते. मात्र बुद्धी स्वतः जड आहे. या बुद्धीत चैतन्याचे प्राण भरले जातात, तेव्हा ज्ञान मिळवण्यास ती प्रवृत्त होते. बुद्धी ही सुबुद्धी आणि दुर्बुद्धी असते. त्यामुळेच बुद्धीत चैतन्याचे प्रतिबिंब पडणे कमी-जास्त असते. या दोन्ही गोष्टी मायेच्या अधीन आहेत. शिवाय माया ही परमेश्वराचीच चित्शक्ती आहे. या चित्शक्तीमुळे प्राण्यांच्या ठिकाणी-सजीवांच्या ठिकाणी त्यांना जिवंत ठेवणारे चैतन्य असते. चैतन्य आहे, म्हणून जिवंतपणा आहे. आपल्या वृत्ती बाहेर धावतात.

त्यांना अंतरंगाकडे वळवून स्वरूपात स्थिर करणे, हे साधण्यासाठी आत्मबळ लागते. ते मायाच देते, मायेच्या मदतीशिवाय साधकाची साधना चालत नाही.

। आत्मबोध ।

माया असे परमेश्वराची चित्शक्ती । प्राणिमात्राने मिळे चैतन्य ।
चैतन्य देतसे जिवंतपणा । चालवी सकळ जीवन ॥
आपल्या वृत्ती धावती बाहेरी । अंतरंगाकडे वळवण्या त्यांना अंतरो ।
लागे आत्मबळ वृत्ती स्थिरावण्या । मायाच देई ते आत्मबळ ॥

ओवी ३७

मायेवीण परमार्थ जोडे । हें ऐसें कईंच न घडे ।
मायेवीण सहसा नातुडे । गुज योगियांचे ॥३७॥

अर्थ : मायेशिवाय परमार्थ जोडणे शक्य नाही. योगी लोकांचे रहस्य, गूढ कधी समजत नाही. हे गूढ, रहस्य समजण्यासाठी मायेची मदत लागतेच.

स्पष्टीकरण : जीवाची सहज प्रवृत्ती ही संसारातील भौतिक सुखाकडे असते. हे भौतिक सुख चंचल असते, नाशवंत असते, हे भान मिळवण्याकडेही त्याचे लक्ष नसते. ईश्वराचा मार्ग हा त्या पलीकडे सुरू होतो. त्यासाठी या नाशवंत गोष्टीतून माणसाला बाहेर पडावे लागते. हे अवघड आहे. योगी योगसाधनेतून हे शक्य करतात. त्याचे जीवन गूढ वाटते, अगम्य असते. जर साधकाला, हा मार्ग समजून घ्यायचा असेल, तर मायाच मदत करते. योगाभ्यास आणि योगधारणा याला प्रचंड तंतूबळ लागते. हे बळ मायेनेच शक्य होते.

। आत्मबोध ।

संसारसुखात जीव रमे । जरी हे सुख नाशवंत असे ।
परमार्थ मार्ग चालण्यास । बाहेर पडणे इष्ट असे ॥
योगीयाचे जीवन असे गूढ । समजण्यास कठीण, अगम्य ।
साधकास समजण्या हे जीवन । लागे मायेचे सहाय्य ॥

ओवी ३८

माया योगियांची माउली । जेथील तेथे नेऊन घाली ।
कृपाळूपणें नाथिलि । आपण होये ॥३८॥

अर्थ : माया ही योगींची माता आहे. ज्या मूळ स्वरूपापासून योगी ढळला आहे, त्या स्वरूपापाशी ती त्याला नेऊन सोडते. योगीस्वरूपी पोहोचताच मोठ्या दयाळूपणाने माया नाहीशी होते.

स्पष्टीकरण : माणूस हा सामान्यपणे अवनत अवस्थेत असतो. त्याची ही अवस्था शुद्ध व पूर्ण अवस्थेला हरवून बसते. त्याच्या मनात अनेक भावना, विचार याचे तरंग उमटतात. तो अस्वस्थ असतो. त्याच्यावर अनेक जन्मातल्या गोष्टींचे ओझे असते. मनातले तरंग शांत झाले, वृत्ती शांत झाल्या, की मात्र त्याला स्वरूप दिसू लागते. प्रथम वृत्ती थांबवणे, मग वृत्ती शून्य अवस्था निर्माण करणे, याला प्रचंड आत्मशक्ती लागते. मातृप्रेमातून माया योग्याला बळ देते. योगी स्वस्वरूपाशी पोहोचून स्थिर होतो. हे करणारी मायाच असते. योगी आत्मस्वरूपात रमला, की माया तेवढ्याच प्रेमाने ती निघून जाते.

। आत्मबोध ।

वृत्ती थांबता । निर्माण होई वृत्ती शून्य स्थिती ।
या लागे योग्याला । प्रचंड आत्मशक्ती ॥
माया बळ देते । योग्याला मातृप्रेमातून ।
योगी पोचे स्वरूपाशी । मायेने माया जाई निघून ॥

ओवी ३९

सकळ मायेचें स्वरूप जालें । त्यांत तुझेंहि स्वरूप आलें ।
हें इतुकेंहि आपुलें । मानूं नको सर्वथा ॥३९॥

अर्थ : आत्तापर्यंत मायेचे सर्व बाजूंनी वर्णन झाले. त्यामध्ये समर्थ म्हणतात, की शिष्याचे वर्णनही येऊन गेले. हे सारेच्या सारे मुळीच आपले मानू नये.

स्पष्टीकरण : शिष्याने शंका विचारली आणि स्पष्टीकरण करूनही शिष्याची शांतता झाली नाही. शिष्याने विचारले होते, की 'नाशवंत जे जे आहे ते ते टाकून द्यावे, तर मुळात नाशवंत काय आहे?' याचे उत्तर शिष्याला समजावे, म्हणून समर्थांनी एवढा विस्तार केला. जरी दृश्य असले तरी त्यातही ईश्वर आहे. सर्वभूती ईश्वर आहे. ईश्वराची शक्ती काम करत असते. ही शक्ती असीम, अमूर्त, ज्ञानमय आहे. जिवाच्या ठिकाणी तिचा प्रभाव असतोच. मायेवर ईश्वराचे वर्चस्व आहे आणि ईश्वराचे दर्शन घेण्यासाठी जिवाला मायाच शक्ती देते. माया स्थिर नाही. तिचा तो स्वभाव आहे. स्वस्वरूपात स्थिर होण्यासाठी तिची मदत घ्यावी लागते. मात्र मायेलाही सोडावे लागते. त्यानंतरच ईश्वररूपाच्या प्रांतात प्रवेश करावा.

। आत्मबोध ।

शिष्याला समजण्या । समर्थ करती माया विचार विस्तार ।
ईश्वर सर्वभूती आहे । ईश्वराचे वर्चस्व असे मायेवर ॥
मायेचा स्वभाव असा असता । स्वस्वरूपात स्थिर होण्या ।
मदत घ्यावी मायेची । परी हे सर्व नाही आपले मानण्यात ॥

ओवी ४०

आतां सांगतो तुज खूण । तुवां नाशवंत केलें मदार्पण ।
आतां करिसी आकळेपण । तरी मज शब्द नाहीं ॥४०॥

अर्थ : स्वामी शिष्याला सांगतात, ''आता मी तुला एक वर्म सांगतो. अगदी ह्रदयातली गोष्ट सांगतो. तू जे जे नाशवंत आहे, ते ते मला देऊन टाकलेच आहे. पण तूच जर त्याची इच्छा, अभिलाषा धरलीस, तर मग मात्र माझ्याकडे दोष नाही.''

स्पष्टीकरण : आपला जीव जे जे अवतीभवती आहे, जे जे नाशवंत आहे, त्यातच गुंतलेला आहे. भावनेच्या भरात आणि गुरूंच्या सांगण्यावरून शिष्याने सारे नाशवंत गुरूंना देऊन टाकले. आता एका अर्थाने शिष्य अविनाशी अशा ईश्वराला भेटायला तयार झालाय. त्या दृष्टीने मार्गस्थ झालाय. समर्थांना ही मनातली गोष्ट वाटते. मायेविषयी सविस्तर सांगून झाले आहे. तिची मदत घेऊन तिला निरोपही दिला आहे. पण शिष्यानेच जर नाशवंत गोष्टीची अपेक्षा ठेवली, तर गुरू काय करणार? मग गुरूंचा दोष नाही. ही गोष्ट (नाशवंत देऊन टाकण्याची) जर मनापासून शिष्याने केली नाही, तर पुन्हा त्याच्या मनात नाशवंताबद्दल ओढ निर्माण होते. साहजिकच शिष्य स्वस्वरूपापासून दूर जातो, त्याचा अनुभव त्याला येत नाही. दृश्याबद्दलचे, आजूबाजूच्या चल जगाबद्दलचे प्रेम नष्ट झाले, तरच हे 'स्व'रूपाचे दर्शन घडेल. त्यासाठी असंगाचा त्याग करायला हवाच.

। आत्मबोध ।

जे जे नाशवंत ते ते दिले गुरूंना । परि मनापासून हवे द्याया ।
पुन्हा होईल निर्माण नाशवंताची ओढ । तिथे काय करील गुरूराया ॥

ओवी ४१

संग तितुका नाशवंत । निःसंग शब्द अशाश्वत ।
म्हणोनि संगनिः संगातीत । होउनी राहे ॥४१॥

अर्थ : आसक्तीचा संबंध नाशवंत असतो. अनासक्त हा शब्द आहे. तोही नाशवंतच आहे. आसक्ती अनासक्ती या दोन्ही पलीकडे जाणे आवश्यक आहे.

स्पष्टीकरण : संग म्हणजे सोबत, साथ. एखादी गोष्ट आपल्याला खरी वाटते, मग आपल्याला ती आवडते. त्या वस्तूचा संग होतो, आपण मनाने तिच्या जवळ जातो. हीच आसक्ती. तिथून मन दूर झाले, बाजूला झाले, की त्यापुरता/तेवढ्यापुरता तरी माणूस अनासक्त होतो, निःसंग होतो. मनाने चिकटणे ही आसक्ती. त्या गोष्टीचा संग होय. त्यामुळे संग आणि निःसंग हे दोन्ही नाशवंतच. निःसंग होणारा देह नाशवंत आणि देहबुद्धीतून जोपर्यंत अलिप्तता जात नाही तोपर्यंत सगळेच नाशवंत. 'मी'पणामुळे संग जोडला जातो, संग सुटल्यावर माणूस निःसंग होतो, पण मुळात मीपणा नाशवंतच.

या दोन्हीच्या पलीकडे जाणे म्हणजे स्वानुभव होय. या स्वानुभवातून स्वरूपदर्शन घडते. या स्वरूपदर्शातून आत्माप्रत्यय येतो.

। आत्मबोध ।

जी गोष्ट भावते संग होतो तिचा । मन दूर जाते तेव्हा अनुभव निःसंगाचा ।
दोन्ही असे नाशवंत समजून घे याला । म्हणून जावे पल्याड त्याच्या ॥

ओवी ४२

आतां पुढील निरूपण । आदरें करावें श्रवण ।
संगातीत होइजेल ते खूण । सांगिजेल पुढे ॥४२॥

अर्थ : आता या पुढील विवेचन पूज्य बुद्धीने ऐकावे. आपण संगाच्या पलीकडे कसे जायचे? त्याचे सूत्र आता गुरू सांगणार आहे.

स्पष्टीकरण : 'आत्माराम' या ग्रंथाच्या समास तीन मध्ये समर्थ रामदास ब्रह्मनिरूपण करणार आहेत. आसक्त माणसाला अनासक्तपणा कळतो. तथापि, संग-निःसंग याच्यापलीकडे कसे जायचे, हे समजणे अवघड आहे. ती एक स्थिती आहे, तीच स्थिती समर्थ पुढील समासात सांगणार आहेत.

। आत्मबोध ।

ऐकावे श्रद्धेने । ऐकावे पूज्य बुद्धीने ।
संगनिःसंगाच्या पलीकडे । कैसे जावे शिष्याने ॥
याचेच मर्म सांगणार । समर्थ पुढील समासात मांडणार ।
दोन्हीच्या पलीकडील अवस्था । शिष्यास तेव्हाच समजणार ॥

ओवी ४३

इति श्रीआत्माराम । रामदासी विश्रामधाम ।
योगी पावती विश्राम । जये ठाई ॥४३॥

अर्थ : हा 'आत्माराम' ग्रंथ रामदासांचे विश्रांतिस्थान आहे. या ठिकाणी योग्यांनाही विश्रांती मिळेल.

स्पष्टीकरण : समर्थ रामदासांचा हा ग्रंथ म्हणजे त्यांच्या मनाचे शांततेचे निधान (ठेवा, संपत्ती) आहे. रामदास स्वामी याला विश्रांतिस्थान म्हणतात. या ग्रंथाच्या सहवासात आपल्याला जशी विश्रांती मिळेल, तशी योग्यांनाही विश्रांती मिळेल, असे त्यांना वाटते.

। आत्मबोध ।

रामदासांचे विश्रांती स्थान । असे आत्माराम ।
योग्यांनाही मिळेल आराम । त्या ठायी ॥

समास तिसरा

ब्रह्मनिरूपण

ओवी १ ते ३६

श्रीसमर्थ रामदास स्वामी यांचे वास्तव्य असलेल्या
सज्जनगड येथील श्रीराम मंदिर

नाशवंताची सीमा

ओवी १

संग तितुका नाशवंत । सांडून राहावें निवांत ।
येकपणाचाहि अंत । जालिया समाधान ॥१॥

अर्थ : सर्व प्रकारची संगत, आसक्ती नाशवंतच आहे. ती सांडून टाकावी, तिचा त्याग करावा. शांत राहावे. पुढे मीपणाचा/एकटेपणाचा शेवट झाला, म्हणजे समाधान लाभते.

स्पष्टीकरण : सामान्य माणसात मीपणा, माझेपणा, मला या शब्दांच्या अर्थांना महत्त्व असते. किंबहुना तो त्याच्या जगण्याचा भाग असतो. आपण ही गोष्ट व्यवहारात बघतो. माझेपणामुळे त्याच्यात अधिकार, मालकी याची भावना येते. हे माझे आहे म्हणताना, त्यात आसक्ती असते आणि अहंकारही. ही माझेपणाची भावना दृश्य वस्तूंशी संबंधित असते. त्यामुळे तो ईश्वराशी एकरूप होत नाही. द्वैतात जगतो. हळूहळू काही गोष्टी त्याला समजू लागतात, पटू लागतात. त्याला अनुभव येऊ लागतो. विवेकाने तो विचार करतो. सद्‌गुरूंकडून मार्गदर्शन घेतो. या मार्गदर्शनामुळेच त्याला समजते, की वस्तू आणि वस्तूपासून मिळणारे सुख दोन्हीही विनाशी आहेत. त्यांची आसक्ती सोडायला हवी. त्यामुळे या नाशवंत गोष्टीतून, तो आपले लक्ष काढून घेतो. सगळ्याशी असणारे त्याचे बंध तुटतात. तो एकटा होतो. आसक्ती तुटली की दृष्ट वस्तूबद्दलचे नाते संपते. द्वैतही संपुष्टात येते. जीव शांत-स्वस्थ होतो. असे झाले तरी, मीपणा संपतो असे नाही. योगी चांगदेवांचे उदाहरण आहे. चांगदेवांना ज्ञानेश्वरांना पत्र लिहायचे होते. वास्तविक पाहता चांगदेव हे वयाने मोठे हटयोगी (हटयोगी म्हणजे एक प्राचीन भारतीय साधना पद्धती. ही शारीरिक आणि मानसिक, प्राण आणि मन यांना नियंत्रित करते. हटयोगाचा उद्देश कुंडलिनी शक्ती जागृत करणे होय). त्यांना हे माहीत होते की संत ज्ञानदेव, ज्ञानाने मोठे आहेत पण वयाने लहान आहेत. अशा वेळी पत्राचा मायना काय लिहावा, असा प्रश्न चांगदेवांना पडला. 'साष्टांग नमस्कार' लिहावा, तर मी मोठा आहे आणि

'अनेक आशीर्वाद' लिहावा, तर ज्ञानेश्वर ज्ञानाने मोठे आहेत. शेवटी त्यांनी पत्र कोरे पाठवले. ही गोष्ट ज्ञानेश्वरांच्या लक्षात आली आणि त्यांनी या कागदावर पासष्ट अभंग लिहून पाठवले. चांगदेवांनी ते वाचून ज्ञानेश्वरांना दंडवत घातला. त्यांचा मीपणा गळून पडला. मीपणा नष्ट व्हायला हवा. तरच माणसाला संपूर्ण समाधान मिळते.

। आत्मबोध ।

तुटे मीपणा, माझेपणा । तुटती त्याचे बंध ।
द्वैताचाही लय होतो । एकटेपणाशी संग ॥
जरी झाला एकटा । तरी उरे मीपणा ।
जेव्हा मीपणाचा होई नाश । तेव्हा मिळे समाधान संपूर्ण ॥

ओवी २

येकपणाचा उमस । काढिता, त्रिपुटी सावकास ।
होत आहे, म्हणोनी ध्यास । येकपणाचा नसो ॥२॥

अर्थ : मी एकटा आहे ही भावना/स्फुरण नाहीसे करण्याचा प्रयत्न चालू असताना नकळत त्रिपुटी उदय पावते. म्हणून एकटेपणाचा सतत ध्यास, चिंतन नसावे.

स्पष्टीकरण : त्रिपुटी म्हणजे काय, तर तीन गोष्टी, तीन अवस्था म्हणूया. जेव्हा आपल्याला एखाद्या गोष्टीची आसक्ती असते, ओढ असते, ती गोष्ट हवी असे वाटते, तेव्हा तिथे द्वैत असते, संग असतो. आसक्ती ठेवणारा मी, ज्याच्याबद्दल आसक्ती वाटते ते आणि आसक्ती ठेवण्याची क्रिया, ही पहिली अवस्था. दुसऱ्या अवस्थेत ही आसक्ती नसते. जे नाशवंत ते सोडायचे आहे. मी त्याबद्दल अनासक्त आहे. मला दृश्य, जड काही नको. यातून संग सुटतो आणि माणूस निःसंग होतो. द्वैत अव्यक्त असते. 'मी निःसंग आहे' असे म्हणताना, जरी निःसंगता असली तरी 'मी' आहेच. तो सुप्त असतो. कारण यात मीपणा आहे. माझे मन निःसंग आहे, असे म्हणतानाही त्यात मीपणा-माझेपणा आहेच. निःसंगपणा काढायचा तर आधी निःसंग मी, माझा निःसंगपणा आणि तो काढण्याची क्रिया अशी त्रिपुटी आहे.

यामुळेही साधक स्वस्वरूपापासून दूर जातो. कारण मी निःसंग आहे, याचाच तो सारखा विचार करतो.

। आत्मबोध ।

आसक्ती असते दृश्याची । तो ठेवणारा मी ।
आसक्ती ठेवण्याची क्रिया । संग ठेवणारा मी ॥
निःसंग मी, माझा निःसंगपणा । निःसंगपणा काढणे ।
ही त्रिपुटी नसता । स्वस्वरूपापासून दूर जाणे ॥
इथे येतो मी, माझेपणा । सतत विचार याचा ।
मग कैसा जाईल स्वस्वरूपाला । म्हणून सोड विचार याचा ॥

ओवी ३

तो मी आत्मा ऐसा हेतु । हें नाशवंत टाकीं तूं ।
उन्मनी अवस्थेचा प्रांतु । तें स्वरूप तुझें ॥३॥

अर्थ : 'अहं आत्मा', 'अहं ब्रह्मास्मि' ही शुद्ध जाणीवसुद्धा नाशवंत आहे. म्हणून समर्थ रामदासस्वामी ही जाणीव शिष्याला सोडायला सांगतात. जेथे साऱ्या वृत्तीसहित मन विलीन होते, ती उन्मनी अवस्था, हे तुझे खरे स्वरूप समजावे, असेही सांगतात.

स्पष्टीकरण : आपण सगळेच आपल्या शरीराबद्दल जागरूक असतो, देहाची जाणीव असते. देहासाठी सारे व्यवहार सुरू असतात. देह हा वास्तविक नाशवंत तर आहेच, पण त्याचे रूपही बदलते. देहाला होणारे दुःख आपल्या मनात असते. खरे तर सर्व काही या देहासाठी आपण करत असतो. देहात मनाच्या तीन अवस्था असतात. जागरूक मन, सुप्त मन आणि अर्धसुप्त मन या त्या अवस्था आहेत. इथे आसक्ती असते. पण आत्मबुद्धीवस्थेत मी आत्मा आहे अशी शुद्ध, अनंत, असीम जाणीव असते. या जाणिवेत तुरीया नावाची ज्ञानमय अवस्था असते.

तुरीया म्हणजे अनुभवाची एक अवस्था होय. ध्यानधारणेची चौथी अवस्था आहे. ही एक आध्यात्मिक अवस्था आहे. या अवस्थेत व्यक्ती आपले मन आणि

बुद्धी पूर्णपणे शांत करते आणि आत्म्याबरोबर एकजीव होते. जागृत, स्वप्न, सुषुप्ती या तीन अवस्था ओलांडल्यावर तुरीया अवस्थेत माणसाचा आत्मा मुक्त होतो. याच्यापलीकडे आत्मबुद्धी अवस्थेत माणूस जातो. म्हणजे आत्म्याबद्दलचे ज्ञान होऊन त्याची बुद्धी आत्म्याशी निगडित विचार करू लागते. या स्थितीत मी वेगळा नसून मी म्हणजेच आत्मा आहे, ही जाणीव त्याला होऊ लागते. या अवस्थेत अनासक्ती असते. मी देह आहे आणि मी आत्मा आहे, असे वाटणे या दोन्ही वृत्तीच आहेत. मन देहात असते, देहाला व्यापून असते. तर आत्मबुद्धीत मन विश्वव्यापक असते. म्हणून संतकवी ज्ञानेश्वर विश्वात्मक मागणे 'पसायदाना'मध्ये करतात. त्यांचे मनच विश्वात्मक होते. शेवटी इथूनही मन विलीन होते आणि उन्मनी अवस्थेत म्हणजे सुप्त, अर्धसुप्त, जागरूक, झोप, तुरीया यांच्यापलीकडे पाचव्या अवस्थेत जाते. तेथे फक्त आणि फक्त केवळ स्वस्वरूप अनुभवाला येते.

। आत्मबोध ।

माझा देह मी देहाचा । देहासाठी सारे काही ।
देहात मन । मन जागे, झोपलेले अन् अर्ध जागे ॥
आत्माबुद्धी स्थितीत । मी आत्मा आहे ।
ही जाणीव असीम, अनंत । अनासक्त होय ॥
देहातून आणि आत्माबुद्धीतून । पलीकडे जाणे ।
तेथे फक्त उरे स्वस्वरूप । अनुभवास येणे ॥

ओवी ४

ऐसा जो अनुभव जाला । तोही नाशवंतामध्यें आला ।
अनुभवावेगळा राहिला । तो तूं आत्मा ॥४॥

अर्थ : उन्मनी अवस्थेचा अनुभवसुद्धा नाशवंताच्या कक्षेत येतो. तो अनुभव विरून सर्व प्रकारच्या अनुभवांच्या पलीकडे असणारा जो आत्मा, तो तू आहेस.

स्पष्टीकरण : प्रत्येक माणसाच्या आयुष्यात सगळ्या अवस्था येतात. सामान्य माणसाला त्याच्या अवतीभवतीच्या गोष्टींबद्दल आकर्षण असते, आसक्ती

असते. त्याच्या दृष्टीने आयुष्यात दृश्य, नाशवंत गोष्टींना महत्त्व असते. कारण यापलीकडे तो जाऊच शकत नाही. त्याचे अज्ञान, त्याचा माझेपणा असतो.

संग-निःसंग, अज्ञान-ज्ञान, तुरीया-उन्मनी, या सगळ्या अवस्था मानवी जीवनात अर्थपूर्ण असतात. समर्थ रामदासांनी या चौथ्या ओवीमध्ये 'उन्मनी' अवस्थेचा उल्लेख केलेला आहे. ही अवस्था योग आणि ध्यान प्रक्रियेत एक विशेष अवस्था आहे. जिथे मन स्थिर, शांत होते. जगातील सर्व विचारांपासून दूर जाते. माणूस स्वतःच्या जाणिवांमध्ये खोलवर उतरतो. या वेळी माणूस नेहमीपेक्षा विशिष्ट प्रकारच्या आनंदी आणि शांतीपूर्ण स्थितीत राहू शकतो.

उन्मन म्हणजे मनाची पूर्ण अवस्था, जिथे मन दृश्य जगातून बाहेर पडते; आणि मुक्त होऊन परमश्रेष्ठ अशा ब्रह्मामध्ये विलीन होते. माणसाला त्याच्या दैनंदिन जीवनात येणारे अनुभव कनिष्ठ, श्रेष्ठ आणि उत्कृष्ट या तिन्ही पातळ्यांवरचे असतात.

खालच्या / कनिष्ठ पातळीवर अनुभव घेणारा मी, अनुभवाला येणाऱ्या वस्तूपासून वेगळा असतो. उच्च, श्रेष्ठ पातळीवर अनुभव घेणारा मी, वस्तूशी एकरूप होतो. उत्कृष्ट पातळीवर अनुभव घेणारा मी उरतच नाही. फक्त अनुभव राहतो. पण ही मर्यादाही परमात्मस्वरूपावर लादणे अयोग्य. कोणत्याच अनुभवात न अडकलेले जे अनुभवरहित असे आत्मस्वरूप, तेच खरे रूप होय.

। आत्मबोध ।

आत्मबुद्धीची ज्ञानमय स्थिती । त्यास म्हणती उन्मनी ।
त्या अवस्थेतला अनुभवही । असे नाशवंत ॥
अनुभव घेणारा मी । मी न उरे ।
राही अनुभव मात्र । श्रेष्ठ पातळीवरी ॥
या मर्यादाही नको लादावया । परमात्मस्वरूपावरी ।
अनुभवापलीकडे अनुभवरहित । असे आत्मस्वरूप ॥

ओवी ५

हेंही न घडे बोलणें । आतां पाल्हेरा किती देणें ।
वेद शास्त्रे पुराणें । तेंही नासोनी जाती ॥५॥

अर्थ : सर्व अनुभवापलीकडचा असा जो आत्मा, तो तूच आहेस, हे बोलणे देखील खरे नाही, असे समर्थ म्हणतात. त्या आत्म्याबद्दल आणखी किती पाल्हाळ करावे? वेद, शास्त्रे, पुरावेदेखील तेथे पराभूत होतात.

स्पष्टीकरण : भाषेला माणसाच्या आयुष्यात खूप महत्त्व आहे. श्रवण करताना कुणीतरी बोलतो ती भाषा. आपण व्यक्त होतो ती भाषा. इथे गुरू शिष्याला जे सांगतात त्याचे माध्यम भाषाच आहे. भाषेतूनच अनुभव व्यक्त होतात. भाषा कुठपर्यंत उपयोगी पडते, तर सामान्य दर्जाचे अनुभव मांडण्यास भाषाच मदत करते. अनुभव घेणारा आणि अनुभव जे देतात, ते एकरूप होतात. इथेही परस्परसंवाद भाषेतून चालतो. मी आणि अनुभवक्षेत्र जेव्हा एकमेकांशी संवाद साधतात, तेव्हाच ते हळूहळू एकरूप होऊ लागतात. त्यानंतर मात्र अनुभव घेणारा 'मी' उरत नाही, फक्त अनुभव राहतो. हा उत्कृष्ट अनुभव परमात्मस्वरूपाचा असतो. इथे भाव, भाषा अपुरी पडते. कारण हा अनुभव त्याही पलीकडचा असतो. स्वरूपवर्णन करताना शब्द पुरत नाहीत. वेद, शास्त्रे, पुराणे ऋषीमुनींनी लिहिली. इतके श्रेष्ठ साहित्य निर्माण करण्याइतकी ताकद त्यांच्या भाषेत होती. पण जेव्हा आत्मस्वरूप वर्णन करण्याची वेळ येते, तेव्हा तेही हार मानतात. आत्मा हा शब्दात मावत नाही. त्यामुळे त्या आत्म्याबद्दल बोलणे म्हणजे शब्दांचा पाल्हाळ होय. 'अनुभवातील आत्मा तूच आहेस' असे बोलणेही खरे नाही. असा हा आत्मा शब्दांत न मांडता येणारा असतो.

। आत्मबोध ।

अनुभव असे परमात्मस्वरूपाचा । तिथे भाषा अपुरी पडे ।
हा अनुभव असे त्या पलीकडचा । शब्द पाल्हाळ घडे ॥
वेद, शास्त्रे, पुराणे । निर्माण केली ऋषीमुनींनी ।
परी त्या आत्म्याबद्दल बोलणे । शब्दांच्या पलीकडे ॥

ओवी ६

ग्रंथमात्र जितुका बोलिला । आत्मा त्या वेगळा राहिला ।
ये मायेचा स्पर्श जाला । नाहींच तयासी ॥६॥

अर्थ : कोणताही अध्यात्मग्रंथ असो, त्या प्रत्येक ग्रंथात आत्म्याचे अगदी भरभरून वर्णन केलेले असते. पण त्यात आत्मा पकडता येतो का? नाही. कारण त्या आत्मरूपाला मायेचा स्पर्श होऊच शकत नाही. ज्या भाषेत हे वर्णन असते, ती भाषाही मायेच्या कक्षेत येते.

स्पष्टीकरण : आत्मा जर असीम, अनंत, अविनाशी आहे, तर त्याचा अनुभवही तसाच असणार. या अनुभवातून जी अनुभूती आली, प्रचीती आली, ती सांगायची असेल तर मायेच्या कक्षेत यावे लागते. तिच्या कक्षेत ज्या शब्दांची मदत घ्यावी लागते, ते अपुरे ठरतात. त्यामुळे जरी अध्यात्मग्रंथात आत्म्याचे वर्णन असले तरी ते अपुरे, अंत होणारे, मर्यादितच ठरते. त्यातून निघणारा अर्थ, ना आत्म्यापर्यंत पोहोचतो, ना अनुभव शब्दात पकडता येतो.

। आत्मबोध ।

आत्मा असे असीम, अनंत । तयाचा अनुभव तैसाच ।
तयाची प्रचीती वर्णन करण्या । यावे मायेच्या कक्षेत ॥
शब्दांची घ्यावी लागे मदत । शब्द येती भाषेत ।
भाषा मायेच्या कक्षेत । येई अपुरेपण व्यक्ततेला ॥
जरी वर्णन करती ग्रंथ । आत्म्याचे भरभरून ।
आत्मा न मावे त्यात । आत्मा असे त्याही पलीकडे ॥

ओवी ७

स्वरूप निर्मळ आणि निघोट । स्वरूप सेवटाचा सेवट ।
जिकडे पहावे तिकडे नीट । सन्मुखचि आहे ॥७॥

अर्थ : आत्मरूपाला वासनेचा मळ चिकटलेला नसतो. आत्मरूप सर्वत्र घट्ट घनदाट आहे. ते सर्वांचे अंतिम स्थान आहे. जिकडे पाहावे तिकडे ते थेट पसरलेले आहे. त्यामुळे ते सर्व बाजूंना समोरच असते.

स्पष्टीकरण : स्वरूप हे आत्मस्वरूप, हेच परमात्मस्वरूप. ते विनाशी, असीम, अनंत अमूर्त आहे. सामान्य माणसाला त्याची कल्पनाच करता येत नाही, ते दिव्य आहे. ते सीमित नाही. आपली बुद्धी मात्र सामान्य, सीमित आहे. त्यामुळे आपल्याला ते कळत नाही.

साक्षात्कारी पुरुषांना मात्र या रूपाचा प्रत्यक्ष परिचय असतो. हा परिचय आपल्यासारख्या सामान्य माणसांना ते कसा करून देणार? त्यासाठी आपल्याला समजतील अशा, आपल्या अनुभवाच्या चौकटीत बसतील अशा संकल्पना, त्यांना वापराव्या लागतात. आपण त्या समजून घ्यायच्या. जेवढे समजेल तेवढे समजेल.

या ओवीत समर्थ रामदास स्वामी स्वस्वरूपाबद्दल पुढील पाच गोष्टी स्पष्ट करतात -

- आत्मस्वरूप सर्वत्र भरून राहिलेले आहे. ते संपूर्ण आहे. ते शुद्ध आणि पवित्र आहे. स्वस्वरूपाच्या ठिकाणी मलिनता नाही. जिथे वासना असते, तिथे भोग असतो. भोग असतो, तिथे हवे-नको असते. तिथे अशुद्धता असते.
- स्वस्वरूप घनदाट आहे, सर्वत्र आहे. ते अस्तित्व आहे, त्याच्या मागे अन्य काही असणे शक्य नाही.
- आपल्या जगातल्या वस्तू अचेतन-सचेतन असतात, दृश्य-अदृश्य असतात, स्थूल-सूक्ष्म असतात. अव्यक्तातून व्यक्त होतात, आणि पुन्हा अव्यक्तात विलीन होतात.

- स्वरूपाचा शोध घ्यायचा म्हटले, तर जिकडे पाहावे तिकडे अंतापर्यंत अनंत असे तेच आहे. मग त्याचा शोध कसा घेणार?
- सर्व दिशा, बाजूंना तेच स्वस्वरूप आहे.

। आत्मबोध ।

स्वरूप म्हणजे आत्मस्वरूप । आत्मस्वरूप म्हणजे परमात्मस्वरूप ।
रूप त्याचे निर्मळ, घनदाट । सर्वत्र, सर्व दिशांना असे ॥

ओवी ८

जें बहु दुरीचा दुरी । जें निकटचि जवळी अंतरीं ।
दुरी आणि अभ्यांतरीं । संदेहचि नाहीं ॥८॥

अर्थ : आत्मस्वरूप अतिशय दूर आहे. पण ते तसे जवळही आहे. ते आपल्या आतमध्ये, म्हणजेच हृदयात आहे. ते आपल्या बाहेर आहे, हे जितके खरे तितकेच ते आपल्या अंतर्यामी आहे, यात संदेह नाही.

स्पष्टीकरण : जशी प्रत्येक ज्ञानशाखेची एक परिभाषा असते. तिचे स्वरूप खास वेगळे असते. जसे विज्ञान आणि विज्ञानातल्या उपशाखा यांची भाषा, गणिताची भाषा, इतिहासाची भाषा. त्यात विषयानुरूप नेमकेपणा असतो. आपल्या रोजच्या व्यवहारातील भाषा अशी असते, की बोलताना आपल्या मनात एक अर्थ असला, तरी ऐकणारा त्यातून वेगळा अर्थ काढतो. म्हणून भाषेचे अभिधा, लक्षणा आणि व्यंजना असे तीन अर्थ सांगितलेले आहेत. यालाच वाच्यार्थ, लक्ष्यार्ध, व्यंग्यार्थ असे म्हटले आहे. अध्यात्माची ही स्वतःची एक परिभाषा आहे. समर्थ तिचा उपयोग करतात.

आपल्याकडे जी वस्तू असते ती जवळ असते, कधी दूर असते, कधी उंचावर असते, कधी खोलात असते. आत्मवस्तूचे तसे नसते. आत्मवस्तू म्हणजे आत्मस्वरूप. हे सर्वत्र असते. आत्मस्वरूप आपल्या अंतर्यामी असते. आत्मवस्तूचे तसेच आहे. ती तर सर्वत्र असते. ती नाही अशी जागाच नाही. म्हणूनच रामदास म्हणतात आत्मवस्तू जशी जवळ असते, तशी ती अतिशय दूर

असते. आत्मवस्तू एखाद्या वस्तूपेक्षाही आपल्या जवळच नाही, तर आपल्या अंतर्यामी असते.

। आत्मबोध ।

आत्मवस्तू जशी दूर तशी जवळी । ती असे हृदयात ।
ती असे बाहेर तशी अंतर्यामी । यात शंका नसे ॥

ओवी ९

जें सकळांपरीस मोठें । जेथें हें सकळहि आटे ।
अकस्मात येकसरें तुटे । मूळ मायेचें ॥९॥

अर्थ : आत्मवस्तू सर्वांहून मोठी आहे. तिच्या ठिकाणी सारे विश्व अंतर्धान पावते. त्या कारणाने मायेचे मूळ एका झटक्यात उपटले जाते.

स्पष्टीकरण : इथपासून प्रत्यक्ष ब्रह्ममांडणीला सुरुवात होते. आत्मस्वरूपाला 'ब्रह्म' म्हणतात. 'ब्रह्म' हा शब्द 'बृह' धातूपासून तयार झाला आहे. याचा अर्थ वाढणे, पसरणे, व्यापणे असा होतो. ब्रह्म हे परमतत्त्व आहे. ते जगाचे कारण आहे. ब्रह्म हे असे तत्त्व आहे, ज्यातून विश्व निर्माण होते आणि त्यातच शेवटी विलीन होते आणि ज्यातच ते जिवंतही असते. ब्रह्म म्हणजे ईश. हे नाशवंत आहे. परब्रह्म म्हणजे ईश्वर (अक्षर पुरुष), हेही नाशवंत आहे. पूर्ण ब्रह्म म्हणजे परमेश्वर (परम अक्षर पुरुष), हे मात्र अविनाशी तत्त्व आहे. या तिन्हींना अव्यक्त परमात्मा म्हणतात. हे गुप्त रूपात आहेत, असे मानले जाते. परमब्रह्म हे ब्रह्माचे असे रूप आहे, जे निर्गुण, असीम आहे. नेति नेति म्हणत याच्या गुणांचे खंडन केले गेले. परंतु हे अनंत सत्य, अनंत चित् आणि अनंत आनंदरूप आहे. अद्वैत वेदांतात त्यालाच 'परमात्मा' म्हटले गेले आहे. ब्रह्म सत्य आहे, बाकी मिथ्या आहे.

हिंदू दर्शन, पुराणे, वेद यांत ईश्वर आहे की नाही, यावर मतभेद नाहीत, तर याचे रूप निर्गुण की निराकार, सगुण की साकार यावर मतभेद आहेत. ब्रह्म शक्ती म्हणजे काय? तर ब्रह्म ही एक चेतनशक्ती आहे. ईश्वरही तीच चेतनशक्ती आहे. ही चेतनशक्ती जेव्हा शरीरात निवास करते, त्याला आत्मा म्हणतात. ब्रह्म हे शुद्ध

चेतनतत्त्व आहे आणि ईश्वर याच ब्रह्म-मायाशक्तीतून निर्माण झाला आहे. या मायेच्या स्पर्शामुळे ब्रह्म ही संज्ञा ईश्वर होते. अन्यथा दोहोंत काहीच फरक नाही. ब्रह्म म्हणजे सगुण ईश्वर. तो सर्वज्ञ, सर्वव्यापी, निराकार, स्वतंत्र, संसाराचा निर्माता, त्याचा शास्ता आणि संहारकही आहे. ब्रह्म शाश्वत आणि अपरिवर्तनीय आहे. सर्व माणसे त्या ब्रह्मरूपात प्रतिबिंबित आहेत. आत्मा हाच संपूर्ण विश्वाचे ब्रह्म आहे. हिंदू धर्माच्या सर्व विचारधारा असे मानतात की अशी एक परमशक्ती आहे, ज्याला ईश्वर म्हटले जावे, तोच आत्मा आहे. या आत्मरूपी ईश्वरालाच ब्रह्म मानले गेले आहे.

आपण लक्षात घेऊ या, की आत्मस्वरूपालाच ब्रह्म म्हणतात. तथापि आपण मायेच्या साम्राज्यात जगतो. 'मा' म्हणजे मापणे, 'मी' म्हणजे मर्यादा घालणे. 'माया' म्हणजे विश्व ज्यात मावते ती. मायेने निर्माण केलेले हे विश्व प्रचंड आहे, त्याचा विस्तारही किती प्रचंड वाटतो आपल्याला. प्रत्यक्षात मात्र हे एकच नाही, अशी अनेक विश्व ब्रह्मांडाकडून निर्माण झाली आहेत. आपल्याला आपल्या भोवती आहे, तेवढेच जग वाटते. कारण आपले अज्ञान. आपल्याला जेवढे जग दिसते, तेवढेच आपल्याला खरे वाटते. जो ज्ञानी असतो, त्याला ब्रह्मदर्शन घडते.

। आत्मबोध ।

आत्मस्वरूप असे ब्रह्म । न लगे ब्रह्माला वस्तुपण ।
ब्रह्म असे अनंत । विश्व जगते आणि विरते ब्रह्मात ॥
आपणास वाटे जग मोठे । जे निर्माण करी माया ।
अशी अनंत विश्वे निर्मिते ब्रह्म । आपले विश्व जाई रया ॥

ओवी १०

जें सकळांहून मृद कोवळे । जें सकळाहून अत्यंत जवळें ।
जें सकळांमध्यें, परी निराळे । अलिप्तपणें ॥१०॥

अर्थ : आत्मस्वरूप सर्वाहून सूक्ष्म आहे. तसेच ते नाजूक आहे. आपल्या जवळ असलेल्या सर्व वस्तूंहून स्वस्वरूप अधिक आपल्या जवळ आहे. ते सर्वांच्या अंतर्यामी असूनही, कशालाही चिकटलेले नसल्याने स्वतंत्र आहे.

स्पष्टीकरण : आपल्या आजूबाजूला मृदू-कोवळ्या वस्तू असतात, जीव असतात. त्याचे सौंदर्य, स्पर्श वेगळाच असतो. पृथ्वी स्थूल व कडक आहे आणि पाणी अगदी मृदू आहे. पंचमहाभूतात सर्वांत मृदू आकाश आहे. त्याहीपेक्षा मृदू आत्मस्वरूप आहे. ही किती विलक्षण गोष्ट आहे! जे समजायला, लक्षात यायला, त्याच्यापर्यंत पोहोचायला इतके अवघड आहे, ते इतके मृदू असावे! कधी कधी समोर दिसणाऱ्या वस्तू मृदू असतात, पण हळूहळू त्या कडक होतात. माणूस कालांतराने कडक होतो, आणि मेल्यावर तर अत्यंत कडक होतो. पण आत्मस्वरूप तसे नाही. ते अंतापर्यंत तसेच राहते. त्याचे असणे मृदू आणि कोवळे असते. आत्मस्वरूप विश्वाचा पाया आहे. माझे अस्तित्व आहे. मी आहे. तेच माझे चैतन्य, चित् आहे. म्हणून याइतके माझ्याजवळ कोणी नाही. आत्मा, चित्, आनंद आणि सद्रूप आहे. अनात्मा त्याच्या उलट आहे. दोन्ही विरोधी असले, तरी आत्मस्वरूप सत्तारूपाने अनात्म्याच्या अंतर्यामी राहते. शिल्लक उरतेच. अनात्म्यातील घडामोडीचा संपर्क आत्मस्वरूपाला लागत नाही. ते कशालाच चिकटलेले नसते. अनात्मा म्हणजे आत्मा नसणे. बुद्धधर्मामध्ये अनात्मा शब्दाचा अर्थ शरीर, मन, भावना, विचार एकत्र येऊन एक अस्थिर प्रक्रिया बनवतात. अनात्मा या धारणेचा उपयोग दुःख आणि पुनर्जन्माचे चक्र समजणे. त्यापासून मुक्ती मिळवणे यासाठी केला जातो. ज्याच्यासाठी बुद्धी वापरली जाते, हेच अद्वैत वेदांतात मायेच्या रूपात वर्णन केले गेले आहे. जो एक भ्रम असतो.

। आत्मबोध ।

पंचमहाभूतात सर्वांत मृदू । असे आकाश कोवळे ।
परी त्याहून आत्मरूप मृदू । शेवटापर्यंत कोवळे ॥
आत्मस्वरूप विश्वाचा पाया । म्हणून माझे 'मी' अस्तित्व असे ।
अनात्म्यातील घडामोडींचा संपर्क । आत्मस्वरूपाला लागत नसे ॥

ओवी ११

जे हालें ना चालें । जें बोले ना डोलें ।
आवघें आपणचि संचलें । येकलें येकटचि ते ॥११॥

अर्थ : आत्मस्वरूप आपल्या मूळ अवस्थेपासून कधीच ढळत नाही. त्याच्यात कधी होण्याचा संबंध नसतो. ते कधी बोलत नाही. ते कधी कंप पावत नाही. अगदी एकदा, एकच एक असें ते सर्वत्र भरून राहिले आहे.

स्पष्टीकरण : आत्मस्वरूप अखंड, अनंत, अविनाशी आहे. ते फक्त इथे नाही, तर ते सर्वदेशी आहे, सर्वव्यापी आहे, विश्वात्मक आहे. त्याचा मृदूपणा कालातीत आहे. याउलट आपल्याला ज्या वस्तू दिसतात, त्यांना सगळ्याच मर्यादा असतात. स्थल, काल, देश, अशा सीमा असतात. म्हणून एक जग असे आहे, ज्याला अंत आहे, ज्याच्यात खंड होतो आणि जे विनाश पावते. ज्याला या मर्यादा आहेत, अशा एकस्थलाच्या (एके ठिकाणच्या) वस्तूंच्या स्थिती बदलतात. माझी भाषा मराठी आहे. मला इतर भाषा येतात, पण माझी भाषा मराठी आहे. हे चांगले असले, तरी ही मर्यादा आहे. इथे मी आणि तू आहे. म्हणजे द्वैत आहे. या एके ठिकाणी राहणाऱ्या वस्तू क्रिया प्रतिक्रिया देतात. मी बोलले की समोरचा काही तरी प्रतिक्रिया देतो. त्यामुळे तिथे स्थिरता नाही, थरथरणे, कंप पावणे आहे, हलणे आहे. सर्वव्यापी असणारे आत्मरूप कंप पावत नाही. हे आत्मस्वरूप निर्विकार, सर्वंकष, अतिशय सूक्ष्म, निरंतर असते.

। आत्मबोध ।

आत्मस्वरूप असे सर्वदेशी । असे सर्वव्यापी, विश्वात्मक ।
मूळ रूपापासून ते ना ढळते । ना बोलते, न कंप पावत ॥

ओवी १२

जे आकाशास बाह्य भरलें । आणि आकाश जेथें मुरालें ।
आकाश मुरोनिया उरलें । येकजिनसी आपण ॥१२॥

अर्थ : आत्मस्वरूप आकाशाला अंतर्बाह्य व्यापून आहे. आकाश त्यात जिरून जाते, शोषून घेतले जाते. एवढे आकाश त्यात शोषले गेले, तरी ते जसेच्या तसे एक प्रकारचे म्हणजे अमिश्र राहते.

स्पष्टीकरण : एक म्हणजे पंचमहाभूतांपैकी आकाश सर्वव्यापी आहे, सूक्ष्मही आहे. इंद्रियगोचर आहे. त्याचा अनुभव घेता येतो. ख म्हणजेच आकाश. 'ख' आदी म्हणजे पंचमहाभूते. आकाशाला ब्रह्माची उपमा (अवकाशाला ब्रह्मांडाची उपमा देतात.) देतात. ब्रह्म अतींद्रिय आहे. ते आकाशाहून व्यापक आहे. पण ब्रह्म म्हणजेच आत्मस्वरूप. ते आकाशाला अंतर्बाह्य लपेटते. जेव्हा विश्व लयास जाते, प्रलय होतो, तेव्हा आकाशाला ब्रह्म स्वतःत शोषून घेते. अशा ब्रह्माची व्यापकता, अनंतत्व एवढे आहे की, त्यापुढे आकाश लहान होते. आकाश व्यापक असे वाटते पण आकाशात ब्रह्माचे मिश्रण होत नाही. ब्रह्म जसेच्या तसे शुद्ध व अमिश्र आहे.

। आत्मबोध ।

आत्मस्वरूप व्यापे आकाशाला । आकाशाला शोषते ते ।
एवढे आकाश शोषूनिया । आत्मस्वरूप अमिश्र राहते ॥

ओवी १३

जें चळे ना ढळे । अग्निमध्यें न जळे ।
जे चळत्यामध्यें, परी न चळे । उदकीं बुडेना ॥१३॥

अर्थ : आत्मस्वरूप चळत नाही, स्थानापासून भ्रष्ट होत नाही म्हणजे ढळत नाही. अग्नीमध्ये टाकले, तरी ते जळत नाही. वायूत असूनही हलत नाही, त्यामुळे ते आहे असे कळत नाही. पाण्यात असून ते बुडत नाही.

स्पष्टीकरण : पंचमहाभूतांपैकी वायू, अग्नी, पाणी, पृथ्वी या महाभूतांना आकाश व्यापते. आकाशापेक्षा आत्मस्वरूप व्यापक आहे. आकाश शोषूनही ते राहतेच. आत्मस्वरूपावर कशाचाच परिणाम होत नाही. विश्वाच्या अंतर्यामी राहून ते अलिप्त राहते. अग्नीत टाकले तरी आत्मस्वरूपावर त्याचा काहीच परिणाम होत नाही. पाण्यात असले तरी ते बुडत नाही. वाऱ्यामुळे हलत नाही. आत्मस्वरूपाच्या या अलिप्तपणामुळे विश्वातील घडामोडींचा आत्मस्वरूपाला किंचितही स्पर्श होत नाही.

। आत्मबोध ।

विश्वाच्या अंतर्यामी आत्मस्वरूप । परी राही ते अलिप्त ।
विश्वाच्या घडामोडींचा परिणाम । नाही होत आत्मस्वरूपावर ॥३॥

ओवी १४

जयाचे कोणीच नेईना । चोरूं जाता चोरवेना ।
कल्पांत झाला तरी वेंचेना । अनुमात्र ॥१४॥

अर्थ : आत्मस्वरूपाला कोणीच नेत नाही. त्यास चोरून न्यायचे म्हटले, तरी त्यास चोरणे शक्य नसते. जगाचा अंत झाला तरी आत्मस्वरूप यत्किंचित् कमी होत नाही.

स्पष्टीकरण : पंचमहाभूतांपैकी आकाश, वायू, अग्नी, जल यांचा काहीही परिणाम आत्मस्वरूपावर होत नाही, हे आपण पाहिले. पृथ्वी या महाभूताचा विचार

करू. पृथ्वी सगळ्या वस्तूंचा आधार आहे. पृथ्वीवर वस्तूच वस्तू आहेत. या वस्तूंचे हरण करता येते. वस्तूची चोरी झाली तरी आत्मस्वरूपाला मात्र कोणी चोरू शकत नाही. आत्मस्वरूपाला जड आणि स्थूल वस्तूंचे गुणधर्म चिकट नाहीत. म्हणजे वस्तू इकडून तिकडे नेता येते, चोरता येते, आत्मस्वरूप मात्र विश्वात निवास करते, पण विश्वाहून अलिप्त राहते. जगाचा अंत झाला तरी, आत्मस्वरूप लयाला जात नाही.

। आत्मबोध ।

चोरी होतसे जड वस्तूंची । परी आत्मस्वरूप चोरता येत नाही ।
विश्वाचा होई अंत तरी । आत्मस्वरूप नाही कमी होत किंचितसेही ॥
पृथ्वी असे जड वस्तूंचा आधार । परी वस्तूंचा होतो अपहार ।
आत्मस्वरूपाचा निवास विश्व । परि विश्वाहून ते असे अलिप्त ॥

ओवी १५

जें ज्ञानचक्षीं लक्षिले नव जाये । जेथें आकार भस्मोनी जाये ।
सांगितलें तें साकार होये । म्हणोनि सांगणे न घडें ॥१५॥

अर्थ : आत्मस्वरूप ज्ञानचक्षुंनी दिसत नाही. स्वरूपाच्या ठिकाणी आकार जळून जातो. जे सांगता येते ते साकार होते. म्हणून आत्मस्वरूपाविषयी काही सांगता येत नाही.

स्पष्टीकरण : माणसाच्या इंद्रियगोचर दृष्टीला मर्यादा आहेत. काही अंतरापर्यंतचेच त्याला दिसते. त्यानंतरचे दिसत नाही. वैचारिक दृष्टीलाही मर्यादा आहेत. इथेही दृष्टी वेगवेगळ्या आहेत. अध्यात्मात दोन दृष्टी मानल्या जातात, त्यापैकी एक अज्ञानदृष्टी आणि दुसरी ज्ञानदृष्टी. समोरचे दृष्ट आणि पाहणारा तो द्रष्टा असे असतात. माणूस वस्तूला पाहतो, पण भविष्य, कल्पना हे अमूर्त आहे. तेही त्याच्या अंतर्दृष्टीत तो पाहात असतो.

ज्ञानदृष्टीत पाहणारा आणि पाहिली जाणारी वस्तू वेगळे नसते. दृश्याशी पाहणारा एकरूप झालेला असतो. आत्मस्वरूप अमूर्त आहे. त्याला कोणताच आकार नाही. उलटपक्षी सगळ्या आकाशापलीकडे आत्मस्वरूप आहे. आत्मस्वरूप

वर्णन करायला मात्र, आपल्या नेहमीच्या भाषेचा आधार घ्यावा लागतो. त्यामुळे त्या वर्णनातून आत्मस्वरूपाला एक आकार येतो. जे मूर्त असते, त्याचे वर्णन केले, तर ते सांगता येते. पण आत्मस्वरूप कसे आहे, हे भाषेलाही सांगता येत नाही. म्हणून समर्थ रामदास स्वामी म्हणतात, 'आत्मस्वरूपाविषयी काही सांगता येत नाही. त्याचे वर्णन करणे शक्य नाही.'

। आत्मबोध ।

आत्मस्वरूप कैसे दिसावे ज्ञानदृष्टीला ।
आत्मस्वरूप वर्णन करण्या मर्यादा भाषेला ।
आत्मस्वरूप ऐसे आहे । जे न येई सांगता काही ॥

ओवी १६

ऐंसे जरी न बोलावें । तरी म्यां काय करावें ।
न बोलतां कळावें । तुज कैसे ॥१६॥

अर्थ : आत्म्याविषयी बोलताना असेच बोलावे लागते. त्याला काय करणार? समर्थ शिष्याला म्हणतात, की मी असे काही बोललोच नाही, तर तुला ते कसे कळणार?

स्पष्टीकरण : आत्मस्वरूप हे निर्गुण, निराकार आणि तसेच ते सर्वव्यापी आहे. त्याचे शब्दांत वर्णन करणे शक्य नाही. तिथे भाषेचे सामर्थ्य कमी पडते. जे शब्दांत मांडताच येत, नाही त्याचे वर्णन भाषेत करताना, ते सहज समजेल आशा सोप्या भाषेत करणे अशक्यच आहे. पण भक्ताला जर हे आत्मस्वरूप समजावून सांगायचे असेल तर, स्वामींना शब्दाचे माध्यम वापरावेच लागेल. त्यामुळे शिष्याच्या कल्याणासाठी, अवघड असे हे काम स्वामी करत आहेत.

। आत्मबोध ।

गुरू म्हणे आत्म्याविषयी बोलावे लागतेच असे ।
गुरू म्हणे म्हणून बोललो नाही तर समजेल कसे? ॥

ओवी १७

अरे बोलणें तितुकें वेर्थ जातें । परी बोलतां बोलतां अनुभवा येतें ।
अनुभव सोडितां, तें । आपणचि होईजें ॥१७॥

अर्थ : अरे, आत्मस्वरूपाबद्दल बोलणे व्यर्थ आहे. ते बोलणे विरून जाते. पण दुसरी बाजू अशी की बोलणे ऐकता ऐकताच त्यातील अर्थ प्रचितीला येतो. तो ओलांडला की आपण आत्मस्वरूप होऊन जातो.

स्पष्टीकरण : आत्मस्वरूप असीम, अनंत, अविनाशी, इंद्रियगोचरतेच्या पलीकडले, अवर्णनीय, भाषेत न मावणारे, अमूर्त, शब्दांच्या पलीकडले आहे. तरी त्याचे वर्णन करण्याचा प्रयत्न भाषा करते. बोलत राहते, सांगत राहते. मात्र ते वर्णन करायचे राहतेच. मौनात गेल्यावर जेव्हा शिष्य अंतर्यामी शिरेल, तेव्हा कदाचित हे आत्मस्वरूप त्याला प्रतीत होऊ लागेल. कदाचित शिष्य त्याच्याशी तदाकार होईल. तरी शिष्य हा भाषेच्या प्रांतातला गुरू आणि संत त्याही पलीकडले. शिष्याला समजावे म्हणून गुरू भाषेचा आधार घेतात. शिष्याला आत्मस्वरूप सांगताना भाषा वापरतात. गुरूंना बोलावे लागते कारण आत्मज्ञान शिष्यापर्यंत पोहोचायला हवे.

आत्मज्ञानी पुरुष जर आत्मज्ञानाबद्दल बोललाच नाही, तर इतरांना अध्यात्म कोण शिकवणार? म्हणून संत बोलतात, लिहितात. मग हे ज्ञान थोडेथोडे का होईना शिष्यांपर्यंत पोहोचते. गुरूंचे बोलणे शिष्य मनापासून लक्षपूर्वक ऐकतो. त्या लहरी विरतात. खरे तर हे बोलणेच व्यर्थ. तरी शिष्याला कशाची तरी प्रचिती येते. पुन्हा पुन्हा ते शब्द शिष्य ऐकतो. हळूहळू तो अर्थ प्रतीत होतो, बुद्धीत स्थिर होतो, मनात ठसतो.

हा अर्थ मुळातच इतका सूक्ष्म असतो, की शब्दातून मनात ठसलेला तो अर्थही सूक्ष्म बनतो. बुद्धी सूक्ष्म बनते, तेव्हा ती अर्थाशी एकरूप होते. सतत तोच ध्यास हाच निदिध्यास. त्यातली उत्कटता विचारांच्या मर्यादा ओलांडून, आत्मस्वरूप बनते. देहबुद्धी जाते आणि आत्मबुद्धी जन्म पावते.

। आत्मबोध ।

आत्मरूप वर्णन करण्या पलीकडचे । परी शिष्याला ते समजवायचे ।
म्हणून गुरू घेती आधार भाषेचा । आत्मज्ञान पोचविण्या ॥

शिष्य ऐकतो बोलणे लक्षपूर्वक । अर्थ प्रतीत होऊन बुद्धीत स्थिरावतो ।
अर्थाशी एकरूप होण्याचा ध्यास । हाच शिष्याचा निदिध्यास ॥
अर्थातील उत्कटता । ओलांडते मर्यादा शब्दांच्या ।
आत्मरूप होता । देहबुद्धी जाते, आणि आत्मबुद्धी जन्म पावते ॥

ओवी १८

मायारूप मूळ तयाचें । शोधीन म्हणता समाधान कैचें ।
'मज लाभ जाला' या सुखाचें । मूळ तुटे ॥१८॥

अर्थ : 'मी आत्मस्वरूप आहे,' या अनुभवाला मायाच कारणीभूत आहे. त्याचा शोध घेणाऱ्याला ते सापडल्याचे समाधान मिळत नाही, अशक्य आहे. 'मला आत्मलाभ झाला' याचा आनंदही नाश पावतो.

स्पष्टीकरण : देहबुद्धी आणि आत्मबुद्धी. देहबुद्धीतील अनुभवाला म्हणजे शरीर जो अनुभव घेते, त्याला तीन बाजू असतात. त्यात तीन घटक येतात. अनुभव घेणारा, अनुभव ज्याचा घ्यायचा तो आणि प्रत्यक्ष अनुभव. आत्मबुद्धीतील अनुभव म्हणजे आत्मस्वरूपाशी तदाकार झाल्यावर येणारा अनुभव! त्यात मीच अनुभव घेणारा दृष्टा असतो, मी मलाच पाहतो आणि त्याचा आनंद घेतो. इथे वेगळे दृश्य असत नाही. आत्मस्वरूप आणि आत्मा एकच झालेले असते. पण शरीर जेव्हा अनुभव घेते, तेव्हा त्यात अहंकार असतो. त्याचे स्फुरण असते. आत्मानुभवात स्वस्वरूपाचे स्फुरण असते. म्हणून दोन्ही अनुभवास मायाच कारण आहे. कसे शोधायचे त्या मायेला? तो शोधणारा 'मी'च असतो. 'मी'च त्या मायेची निर्मिती केलेली असते. त्यामुळे जिथे 'मी' तिथे माया आलीच. जिथे हा 'मी' विरतो तिथे फक्त आत्मानंद उरतो, आनंदमय रूप उरते.

। आत्मबोध ।

शरीर घेई अनुभव, तिथे असे अहंकार । आत्मा घेई अनुभव, तिथे असे स्वस्वरूप ।
तरी दोन्ही येती कक्षेत मायेच्या । शोधणारा असतो मी ।
जिथे येई मी । तिथे असे माया । मी आत्मानंद भोगतो । माया करी तोही नष्ट ॥

ओवी १९

'अहं ब्रह्मास्मि' हा गाथा । आला देहबुद्धीचिया माथा ।
देहबुद्धीनें परमार्थां । कानकोंडे होईजे ॥१९॥

अर्थ : मी ब्रह्म आहे हा एक प्रकारचा अभिमान होय. जिथे अभिमान आला, तिथे अहंकार आला, तिथे देह आला. देहबुद्धी आली. मग परमार्थात न्यूनता, कमीपणा आला. ही देहबुद्धी ब्रह्मदर्शनाच्या आड येते.

स्पष्टीकरण : जिथे 'मी' आला तिथे ब्रह्मदर्शन होण्यात अडथळाही आलाच. कारण तिथे शरीर आले. जिथे शरीर आहे, तिथे माया आहे आणि मी 'ब्रह्म' आहे असे जेव्हा उच्चारले जाते, तिथेही 'मी' आलाच. म्हणजे द्वैत आले. त्यामुळे तिथेही ब्रह्मदर्शनात बाधा आलीच. आपला जीव आपल्या शरीराशी बांधलेला असतो. त्याला दृश्य गोष्टींचा मोह असतो, माया असते. पण जेव्हा जीव ज्ञानाशी बांधला जातो, तेव्हा मात्र विश्वरूपाशी एकरूप होतो. जिथे 'मी' तिथे बाधा, अडथळा. या 'मी' पलीकडे जेव्हा प्रवास होतो, जिथे जिवाच्या मर्यादा संपतात. 'मी' जातो तिथे फक्त आत्मा, आत्मस्वरूप, एकरूपता असते.

। आत्मबोध ।

नको व्यर्थ अभिमान । मी ब्रह्म आहे याचा ।
परमार्थात येई न्यून । ब्रह्मदर्शनही राही अपूर्ण ॥

ओवी २०

देहबुद्धी हे टाकावी । हेही मायेची उठाठेवी ।
म्हणोनी काय अंगीकारावी ? । अंगीकारू नये ॥२०॥

अर्थ : देहबुद्धीचा त्याग करावा, ही ऊर्मी मायाच देते. तिचाच तो खटाटोप आहे. म्हणजे देहबुद्धीचा स्वीकार करावा असे नाही, उलट ती सोडूनच द्यावी.

स्पष्टीकरण : माया स्फुरण आहे, ऊर्मी आहे, प्रेरणा आहे. 'मी ब्रह्म आहे' हे स्फुरणही मायेचेच. मी देहरूप आहे हेही मायेचेच स्फुरण. दोन्ही अनुभव माया देते. पहिला अनुभव ज्ञानमय आहे, दुसरा अनुभव अज्ञानमय आहे. शेवटी ज्ञान काय किंवा अज्ञान काय, दोन्ही मायेच्याच कक्षेत येतात. शेवटी माया मिथ्या आहे, भ्रम आहे. त्यामुळे तिचा त्याग करण्याची आवश्यकताच उरत नाही. देहबुद्धी ही माया आहे म्हणजे मिथ्या आहे. देहबुद्धी म्हणून तशीच ठेवून चालत नाही. 'मी देह आहे', ही ऊर्मी मायेचीच, ते स्फुरण नष्ट व्हावे, ही प्रेरणा मायेचीच. म्हणून देहबुद्धी त्याग करणेच योग्य होय.

। आत्मबोध ।

मी ब्रह्म आहे स्फुरण मायेचे । मी देह आहे स्फुरण मायेचे ।
ज्ञान अज्ञान दोन्ही रूपे मायेचीच । म्हणून देहबुद्धी त्यागणे गरजेचे ॥

ओवी २१

मायेच्या बळें ब्रह्मज्ञान । मायेकरितां समाधान ।
मायाचि गोंवी, आणि बंधन । तोडी, तेंही माया ॥२१॥

अर्थ : मायेपासून मिळालेल्या सामर्थ्याने जिवाला ब्रह्मज्ञान होते. मायेद्वाराच त्याला शांती मिळते. माया जिवाला बंधनात अडकवते. मायाच ते बंधन अखेर तोडते.

स्पष्टीकरण : आपल्या भोवतीचे जग नाशवंत आहे. आपणही नाशवंत आहोत. आपल्या भोवती जड, सचेतन, स्थूल वस्तूही आहेत. या वस्तूंना शेवट आहे, अंत आहे. त्या सीमित आहेत. आपले जीवनमान चालण्यासाठी एका शक्तीची गरज असते. ही शक्ती अनंतातून मिळते. या शक्तीमुळेच विश्वातील व्यवहार सुरळीत सुरू असतात. या वस्तूंचा शेवटही या शक्तीमुळेच होतो आणि त्या अनंतात विलीन होतात. हे चक्र युगानुयुगे सुरू आहे. शिवाय हे रूक्ष, निर्जीवपणाने न होता सृजनशील पद्धतीने होते. त्यासाठी परमात्म स्वरूपाची शक्ती हवी.

हे परमात्मस्वरूप सत्य आहे, असीम आहे, अविनाशी आहे. या परमात्म्याच्या

शक्तीलाच माया म्हणतात. मायेचा कारभारच वेगळा. ती जिवाला बंधनात अडकवते, गुंतवते. ज्ञानमय आणि आनंदस्वरूप आत्मस्वरूपाला माया अज्ञानात गुंतवते. पुन्हा हेच अज्ञान नष्ट करण्याची शक्ती तीच देते. त्यामुळे जीव स्वस्थ आणि शांत होतो. जिवाला भावबंधनात अडकवणारी तीच आणि सोडवणारीही तीच, माया.

। आत्मबोध ।

म्हणती माया परमात्म्याच्या शक्तीला ।
तीच अडकवते बंधनात जिवाला ।
पुन्हा सोडवी बंधनातून जिवाला ।
जीव करी स्वस्थ आणि शांत ॥

ओवी २२

माया आपणास आपण गोवी । आपणास आपण वेढा लावी ।
प्राणी दुखवती जीवीं । अभिमानें करूनी ॥२२॥

अर्थ : माया स्वतःच स्वतःला बंधनात अडकवते. ती स्वतःच स्वतःला स्वतःच्या फेऱ्यात अडकवते. जीवाला 'मी'पणा येतो व त्या अभिमानामुळे प्राणी दुःखी होतो.

स्पष्टीकरण : विश्वनिर्मिती हे एक रहस्य आहे, गूढ आहे. याचेच वर्णन या ओवीत समर्थ करतात. मायेमुळे अनेक जीव निर्माण झाले. परमात्मवस्तू एकली आहे. त्या परमात्मवस्तूत तिच्याच मायेने, अनेक जीव निर्माण होतात. परमात्मशुद्ध चित् आहे, तर जीव अचित् आहे, त्यात चित्‌ही असते. वेदांतात या बेमालूम मिश्रणास 'चिद्‌चिद् ग्रंथी' म्हणतात. परमात्मा अनंत, जीव सान्त. माया परमात्म्याच्या स्वाधीन असते, तर जीव मायेच्या अधीन असतो. माया जेव्हा आपल्या मूळ स्वरूपात असते, तेव्हा ती परमात्म्यासारखीच चिन्मय व अनंत असते. एकापासून अनेक करण्याच्या भ्रमात, तिने अचित्‌ला जन्म दिला, असे मानले जाते.

या चित् आणि अचित् यांच्या मिश्रणाने अनेक लहानमोठे चेतनसंपन्न जीव तयार झाले. जेथे चैतन्य तिथे चित्शक्ती. मूळ मायाशक्तीचे अनंतपण गेले आणि ती सान्त बनली. प्रत्येक जीवाच्या ठिकाणी माया चित्शक्तीच्या रूपात व अल्प प्रमाणात वास करत असते. मूळ मायेने अशा रीतीने स्वतःला स्वतःच्याच बंधनात का अडकवून घेतले, याचे उत्तर नाही.

जिवामध्ये असलेल्या चैतन्यावरील अचित्ची आवरणे मायेच्या नजरेखाली वाढत जातात. या प्रक्रियेचा दृश्य परिणाम दिसतो. मूळ परमात्मचैतन्य निर्विशेष आहे. मायेच्या अमलाखाली ते विशेष बनते. विशेषाला वेगळेपण येते. ते देहाभिमानाच्या रूपाने व्यक्त होते. मी कर्ता आहे, हे त्याचेच प्रत्येकाच्या अनुभवाचे दृश्य रूप होय. त्यामुळे जिवाला दुःख भोगावे लागते.

। आत्मबोध ।

माया स्वतःच स्वतःला अडकवी बंधनात ।
स्वतःच स्वतःला ती अडकवी स्वतःच्या फेऱ्यात ।
मीपणा येतो त्यामुळेच जिवात ।
त्या मीपणाने प्राणी दुःखी होतात ॥

ओवी २३

जैसा सारीपाट खेळती । सारी येकाच्या मागोन आणिती ।
खेळों बैसतां वाटून घेती । आपुल्याला ॥२३॥

अर्थ : सारीपाट दृष्टांत : लोक सोंगट्यांचा खेळ खेळतात. खेळासाठी दुसऱ्या कोणाकडून तरी सोंगट्या मागून आणतात. खेळायला बसताना सोंगट्या आपापसात वाटून घेतात. या माझ्या, या तुझ्या अशी वाटणी करतात.

स्पष्टीकरण : जगणे हाही एक खेळच असतो, तो आपण खेळतो. पण साधने आपली नसतात. खेळ खेळायचा तर असतो, पण साधने आपली नसल्याने आपण ती दुसऱ्याची मागून आणतो. जीवनातही तसेच आहे. जीवन जगताना आपण सोडून इतरही माणसे येतात. त्यांना हाताशी घेऊन आपण जगण्याचा खेळ

खेळतो. मग वाटणी होते. आपले-तुपले, माझे-तुझे होते. खरे तर ज्यांना आपण माझे-तुझे करतो, ते तरी आपले कुठे असते. तरी हरल्याचे दुःख होते आणि जिंकण्याचा आनंद होतो.

। आत्मबोध ।

खेळ खेळतो सोंगट्यांचा । उधार घेतो सोंगट्या कुणाच्या ।
सोंगट्या घेतो वाटून । या माझ्या, या तुझ्या ॥

ओवी २४

नसताचि अभिमान मायां । सारी मरता परम वेथा ।
डाव येतां सुखस्वार्था । दोघेहि पडिलें ॥२४॥

अर्थ : आपण खोटा अभिमान बाळगतो. सोंगट्या आपल्या नसताना, त्या आपल्या आहेत, असा खोटा अभिमान बाळगतो. खेळात सोंगटी मेली तर खेळणाऱ्यांना अत्यंत दुःख होते. डाव जिंकला तर जिंकणाऱ्याला आनंद होतो.

स्पष्टीकरण : सगळे खोटे आहे, हे माहीत असूनही आपण ते विसरतो किंवा लक्षात ठेवत नाही. जीवन आपले असले तरी, या खेळात खेळणारे मात्र दुसरेच कोणीतरी असते. तरी जणू सोंगट्या माझ्याच आहेत, हे आपण गृहीत धरल्याने, हरण्याचे दुःख होते आणि जिंकल्याचा आनंद. वास्तविक 'मी' याहून वेगळा आहे, ते सुखदुःख माझे नाही. तरी त्यात अडकणे. ते माझे आहे, असे मानणे घडते.

। आत्मबोध ।

व्यर्थ अभिमान बाळगते मन । जे नाही माझे ते माझेच, असे मानते मन ।
सुखदुःखाचा खोटा अभिमान । जरी नाही ते आपुले ॥

ओवी २५

फासवास दे दे म्हणती । येक ते चिरडी येती ।
क्रोधां पेटल्या घेती । जीव येकमेकाचा ॥२५॥

अर्थ : हा खेळताना निर्जीव फासे असतात तरी आपण त्यांना 'दान दे', 'दान दे' असे सांगत असतो. एखादा भिडू इतका चिडतो, की त्या संतापाच्या भरात, ते दोघे एकमेकांचा जीवही घेतात.

स्पष्टीकरण : किती गंमत असते! खेळ सुरू होतो. फासे आपले नाहीत. सोंगट्या आपल्या नाहीत. हे सगळे आपल्याला माहीत असते. खेळातले फासे निर्जीव आहेत, हेही आपण जाणतो, तरी त्यांच्याशी आपण बोलतो. त्यांच्याकडे जिंकण्यासाठी मागणे मागतो. जणू तो फासा ते ऐकतोय. आपण इतके त्या जिंकण्याच्या भावनेशी एकरूप होतो, की आपण चिडतो, रागावतो. राग इतका पराकोटीला जातो, की ते दोघे एकमेकांना मारूनही टाकतात. 'महाभारता'चे उदाहरण आपल्याला माहीत आहेच.

। आत्मबोध ।

खेळ होतो सुरू तेव्हा फाशाशी बोलणे । दान दे दान दे हे होते गाणे ।
समोरच्याचे चिडणे आणि रागावणे । अंती एकमेकांना मारून टाकणे ॥

ओवी २६

तैशा कन्या पुत्र आणि नारी । वांटून घेतल्या सारी ।
अभिमान वाहती शिरी । देहपांग प्रपंचाचा ॥२६॥

अर्थ : या सोंगट्या कोण, तर कन्या, पुत्र आणि पत्नी. आपण त्या वाटून घेतो. त्या माझ्या आहेत असा तीव्र अभिमान बाळगतो. त्यासाठी प्रपंचात आपल्याला देहाची पराधीनता सोसावी लागते.

स्पष्टीकरण : संसार हा मायेचाच खेळ आहे. मनाने हे मानले, तर दुःख सोसावे लागणार नाही. पण नाही मानले, तर जय-पराजय भोगावे लागतात, माणसाचे जीवन सारीपाट आहे. हा डाव आपण मांडतो. या डावात प्रपंचातली माणसे ही सोंगट्या आहेत. आपण हे विसरतो, की ही माणसे आपल्या मालकीची नाहीत. आपल्याला डाव खेळायला लावते, ती माया. या मायेने ती माणसे दिली आहेत. या आपल्या नसलेल्या माणसांचा आपल्याला ती 'माझी' म्हणून मोह असतो. त्यांच्याविषयी प्रेम असते. पण या माणसांना त्यांचे व्यक्तिमत्त्व, मते असतात, हे आपण विसरतो. त्यांच्याभोवती मायेचे धागे विणतो. त्यामुळे त्या व्यक्तीच्या सुखदुःखाचा आपल्यावर परिणाम होतो. त्या व्यक्तीच्या आनंदाने आनंद, दुःखाने दुःख होते. दरवेळी आपल्याला वाटते, आपल्या मनासारखे व्हावे. त्यासाठी देवाकडे आपण मागणे मागतो, साकडे घालतो. आपल्या प्रपंचावर आपला मालकी हक्क नसला, तरी मग स्पर्धा सुरू होते. ही स्पर्धा माणसामाणसांत असते. कर्माला यश आले तर डोक्यावर घेतो, अपयश आले तर चीड येते. हे सर्व नाशवंत आहेत. किंबहुना आपणही विनाशी, सान्त आहोत, हे आपण विसरतो. म्हणून माणसामाणसांत भांडणे, द्वेष, सूडबुद्धी असते.

। आत्मबोध ।

प्रपंचातली माणसे असती सोंगट्या । वाटून घेतो आपण तया ।
त्या सर्व व्यक्ती माझ्या माझ्या । व्यर्थ अभिमान बाळगतो ॥
जे कर्म करतो वाटते मनासारखे व्हावे । घडले असे तर त्याचाही अभिमान होतो ।
त्यापायी प्रपंचात पराधीनतेला सोसावे । देहाने आपल्या ॥

ओवी २७

येवं इतुकी वेढा लाविली । ते माया खेळें येकली ।
ते मायेनेच वारिली । पाहिजे माया ॥२७॥

अर्थ : अशा प्रकारे आपला जीव पूर्णपणे मायेत गुरफटून गेला आहे. हा सर्व खेळ ती एकटीच खेळते. तिच्या साहाय्यानेच तिचे निवारण करायला हवे.

स्पष्टीकरण : आपण विसरतो हा सारा मायेचा खेळ आहे. अनंत परमात्म्याची ती अनंत शक्ती आहे. ही जाणीव जिवाला नसते. मायेच्या मायाजालात आपण अडकतो, गुरफटतो. जीव बाह्य जगात दंग असतो. माया माणसाला अधिकच अडकवते. त्याचे बाह्यपणात दंग असणे तसेच ठेवते. जेव्हा आपल्याला या सगळ्याची जाणीव होते, तेव्हा मग आपण अंतर्मुख होतो. हळूहळू आपण मायाजालातून बाहेर पडू लागतो. हे सहज होत नाही. मायेलाच शरण जावे लागते, तिची क्षमा मागावी लागते, तिला विनंती करावी लागते. हे शरणच मायेचे निराकरण करण्यास उपयोगी पडते.

। आत्मबोध ।

मायेत जाई गुरफटून जीव । परि विसरे हा मायेचाच खेळ ।
माया अडकवी तसेच गुंतणे । व्हावी कधी तरी ही जाणीव ॥
जाणीव होता अंतर्मुख होणे । मायाजाळातून बाहेर पडणे ।
शरण मायेला जाता । होई मायेचेच निवारण ॥

ओवी २८

ते माया तोडिंता अधिक जडे । म्हणोनी धरिती ते वेडे ।
धरिता सोडितां ते नातुडे । वर्म कळल्यावांचुनि ॥२८॥

अर्थ : मायेचा निरास करायला जावे, माया तोडायला जावे तर ती अधिकच चिकटते. हे माहीत असूनही, जे आपणहून तिला स्वीकारतात त्यांना अज्ञानी म्हणावे. मायेला चिकटल्याने ती आपल्या स्वाधीन होत नाही, सापडत नाही. तिचा त्याग करण्याने वश होत नाही, तर तिचे मर्म कळले तरच ती सुटते.

स्पष्टीकरण : अध्यात्म जीवन कळण्यास जटील, कठीण असते. इथे समर्थ रामदास अध्यात्मजीवनातील एक विरोधाभास सांगतात. आपल्या अवतीभवती जे जग आहे, जे आपल्याला दिसते, ज्यात आपण वावरतो, ते म्हणजे माया. जेव्हा हे जग खरे नाही, नाशवंत आहे, अंत असलेले आहे, असे आपल्याला जाणवते, तेव्हा मायेचा निरास होतो. आपल्याला हे जाणवू लागते, की आत्मस्वरूप, परमात्मा

हा साक्षात आहे, अविनाशी आहे, तोच सत्य आहे. आपल्यात कर्तेपण असणे हे मायेचे लक्षण. त्यामुळे जीव फसतो आणि मायेची पकड घट्ट होते. मात्र हे कर्तेपण जेव्हा परमात्म स्वरूपात विलीन होते, तेव्हा जीव मायेपासून बाजूला होऊ लागतो. हे तोडण्याचे कर्मही मायेचेच. मायेने धरले, तर ती चिकटत नाही आणि तावडीतून सुटण्याचे ठरवले, तर ती सुटत नाही. तिचे निराकरण कसे करायचे, याचेच स्पष्टीकरण इथे समर्थांनी केले आहे.

। आत्मबोध ।

आहे जग अवतीभवती । माया असे या जगती ।
जरी हे असे नाशवंत जग ॥

ओवी २९

जैसें चक्रविहूचें उगवणे । बाहेर येउन आंत जाणें ।
कां भीतरीं जाउनी येणें । अकस्मात बाहेरी ॥२९॥

अर्थ : इथे समर्थांनी 'मायानिरासाची युक्ती' सांगितली आहे. चक्रव्यूह फोडायचा असेल, तर बाहेरून व्यूहात शिरणे आणि व्यूहातून बाहेर पडणे, या क्रिया अतिशय चलाखीने आणि गतीने कराव्या लागतात.

स्पष्टीकरण : इथे समर्थ रामदास मायेचे निराकरण करण्यासाठी चक्रव्यूहाचे उदाहरण देतात. चक्रव्यूह फोडणे म्हणजे मायेतून बाहेर पडणे. बाह्य भागातून आत येणे. त्यातही चलाखी हवी, हुशारी हवी. कारण ती माया आहे. शिवाय या गोष्टी अशाच करून चालणार नाहीत, तर त्यात वेग हवा. नाहीतर हे काम शक्य होणार नाही. चक्रव्यूह फोडणे, जितके अवघड तितकेच मायेचे निराकरण करणे कठीण.

। आत्मबोध ।

चक्रव्यूह भेदावया । यावे बाहेरून आत ।
साऱ्या कराव्या । क्रिया हुशारीने आणि त्वरेने ॥

ओवी ३०

कां त्या कोवाडीयांच्या कडीचा । गुंतगुंतोनी उगवाव्या ।
तैसी जाण हे माया । गुंतोनी उगवावी ॥३०॥

अर्थ : कोडी घालणाऱ्यांच्या कड्या पुन्हा पुन्हा एकमेकात गुंतवून सोडवाव्या लागतात. कोडी घालणारे जे फिरते लोक असतात त्यांचे हे काम असते. हं मायाही तशीच आहे.

स्पष्टीकरण : महाभारतात युद्धाचे वेळी अभिमन्यूची अशी अवस्था झाली, की या युद्धाच्या चक्रव्यूहात कसे शिरायचे हे त्याला माहीत होते, कारण आईच्या गर्भात असताना त्याने ते ऐकले होते, पण बाहेर कसे यायचे हे त्याला माहीत नव्हते. कारण कृष्ण प्रवास करत असताना आपल्या बहिणीला सुभद्राला चक्रव्यूहात कसे जायचे ते सांगतो. प्रवास संपतो आणि गोष्ट अर्धवटच राहते. साहजिकच या चक्रव्यूहातून कसे बाहेर पडायचे, हे अभिमन्यूला कळत नाही. त्याला चक्रव्यूहात कसे जायचे हे समजले, पण बाहेर कसे यायचे, हे त्याला माहीत नव्हते. या चक्रव्यूहाची रचना कशी असते, तर आपण बाहेरून आत शिरतो, पण आत शत्रू घेराव घालण्यासाठी तयार असतो. चलाखीने शत्रूच्या तावडीतून बाहेर कसे पडायचे, हे ज्याला समजत नाही, त्याचा पराभव होतो, मृत्यू होतो. अभिमन्यूचे तसेच झाले.

कोडी करणारे लोक कड्यांचा खेळ खेळतात. या खेळात ते दहाबारा लोखंडाच्या कड्या एकमेकात अडकवतात. या तारेच्या असतात. या सगळ्या कड्या एकमेकीतून सोडवणे हा खेळ असतो. त्याचे एक तंत्र आहे. गंमत अशी की या कड्या कशा गुंतल्या आहेत हे समजले, तर सोडवायच्या कशा हेही पटकन कळते. त्यासाठी वेगवेगळ्या प्रकारे एकमेकीत त्या गुंतवून पाहाव्या लागतात. या खेळाचे उदाहरण समर्थ रामदास इथे देतात. याचं कारण मायेतून/मायाजालातून बाहेर पडायचे असेल, तर असंच करावं लागेल. प्रथम मायेत गुंग व्हावे, गुंतावे म्हणजे बाहेर पडताना गुंतलो कसे हे लक्षात घेऊन, मायेला सोडले की बाहेर पडता येईल. अर्थात हे काही लगेच होणार नाही. ते सोपे

नाही. निदान तो जो प्रयत्न आपण करू, त्यातून मायेचे निराकरण कसे करायचे, ते तरी समजेल.

। आत्मबोध ।

खेळ खेळती कड्या गुंफण्याचा । तयातून बाहेर पडण्याचा ।
परि गुंफल्या कशा समजण्या । गुंफवून त्या पाहावे ॥
तैसेची आहे मायेचे । करण्या निराकरण तियेचे ।
हवे आधी गुंतून पडणे । मग ध्यानी येईल बाहेर पडण्याचे ॥
परि सोपे नाही हे । निदान समजेल मर्म याचे ।
त्यासाठी प्रयत्न करावे साचे । मार्ग सापडेल ॥

ओवी ३१

माया झाडिता कैसी झाडावी । तोडून कैसी टाकावी ।
येथें विचारें पाहावी । नाथिलीच हे ॥३१॥

अर्थ : विचारपूर्वक शोध घेतला, तर मायेला अंतिम अस्तित्व नाही. ती दृश्यरूप नाही. तिला झटकून टाकायचे कसे? किंवा मिथ्या मायेला तोडून टाकायचें कसें?

स्पष्टीकरण : जगाकडे आपण विशिष्ट भावनेने पाहतो. आपल्या व्यक्तिमत्त्वाची ती एक बाजू आहे. कधी कधी इथे विवेक मागे पडतो. म्हणजे विवेकबुद्धीने आपण जगाकडे पाहत नाही. आपल्या आजूबाजूला अनेक वस्तू असतात. त्या शाश्वत नसतात. त्यांचे अस्तित्व क्षणिक असते. त्या आहेत, असे म्हणता येत नाही, तरीही सामान्य माणूस या मायारूपात गुंतलेला असतो. कारण तो स्वतःही नाशवंत असतो. त्याला देह असतो. देहाचे धर्म मायेत गुंतलेले असतात आणि मायावी जगातून बाहेर पडण्याचे विचार, विवेकबुद्धी ही मनाची असते. देहाचे भान विसरणे, सामान्य माणसाला अशक्यच.

यातून बाहेर पडल्यावर जो प्रांत सुरू होतो, तो 'ब्रह्म'चा असतो. आपण तर जे दृश्य दिसते, तेच खरे मानत असतो. त्यापलीकडे जाऊन जे आपल्याला दिसतेच ते

सत्य नाही, असे मानणे शक्य नसते. दिसणारी पण प्रत्यक्षात नसणारी माया झाडून टाकणे शक्य नाही.

। आत्मबोध ।

मायेला नाही अंतिम अस्तित्व । तरी मानतो तिचे अस्तित्व।
कसे टाकावे झटकून हे अस्तित्व । किंवा मिथ्या जग ॥

ओवी ३२

बहू नाटकी हे माया । मीपणें न जाये विलया ।
विवेकें पाहतां देहीं या । ठावोचि नाहीं ॥३२॥

अर्थ : ही माया बहुरूपी आहे. तिच्या कृतीचा थांग लागत नाही, ती भुलवणारी आहे. 'मी'पणाने तिचा नाश करायचा ठरवले, तरी तो होत नाही. विवेकाने तिचा शोध घेतला, तर देहात तिचा ठावठिकाणा सापडत नाही.

स्पष्टीकरण : मायेचे स्वरूप स्पष्ट करण्यासाठी, इथे समर्थ रामदास नटाचे उदाहरण देतात. नट नाटकात वेगवेगळ्या भूमिका साकारत असतो. त्या पाहताना खऱ्या वाटतात, पण प्रत्यक्षात मात्र त्या भूमिका वठवणारा नट तसा नसतो. तो नट तसा आहे, असा भास असतो. त्यामुळे नटातला मूळ माणूस आपण विसरतो. त्या भूमिकेला लक्षात ठेवतो. मायेचेही असेच आहे. तिच्यामुळे आपला जीव भुलतो. एकच माया दृश्यात अनेक रूपे घेऊन, आपल्या जिवाला नादी लावते. जे आहे ते खरे आहे, असे आपण मानू लागतो. या जिवाच्या ठिकाणी 'मीपणा' असणे हे तिचे एक रूप आहे. तो 'मीपणा' खरा आहे, असे जिवाला वाटते. 'मीपणा'चा वापर करून, मायेचे निराकरण तो करू लागतो. जिवाला वाटते आपण कर्तृत्ववान आहोत, पण तेही खोटेच असते, कारण हे सर्व मायाच घडवते.

। आत्मबोध ।

माया असे बहुरूपी । जसे नटाचे रूप अनेकरूपी ।
तसे ते नसे खरे । तशीच माया भुलवी जिवाला ॥

मायेच्या लागून नादी, आपणही लागतो नादाला ।
जे आहे ते खरे, भासते जिवाला । मायेचा करण्या निरास वापरतो मीपणाला ॥
कसे घडणार असे । मीपणा देहात न दिसे ।
कर्तृत्वाचा भास होतसे । ते कर्तृत्वही मायेचेच असे ॥

ओवी ३३

वर्म हेचि माया माईक । याचा करावा विवेक ।
विवेक केलीया, अनेक । येकीं मुरे ॥३३॥

अर्थ : माया मिथ्या, भासमय आहे. हेच तिचे रहस्य आहे. या वर्माचा खोल विचार केला असता, दृश्याचे अनेकपण एका आत्मस्वरूपात विलीन होते.

स्पष्टीकरण : आपण जे पाहतो ते आहेच, पण ते काय आहे हे आपण लक्षात घेत नाही, म्हणून आपली फसगत होते. आपण जे दिसते, तेच अंतिम आहे असे मानतो. आपण जर सूक्ष्मपणे विचार केला, तर आपल्या लक्षात येते, की मायेचे हेच रहस्य आहे, की ती भासमय आहे. एकदा हा विचार हृदयस्थ झाला, की त्या दृश्याचे अनेकत्व स्वरूपाच्या एकपणात विलीन होते. हा एकत्वाचा अनुभव म्हणजे 'आत्मस्वरूपा'चा अनुभव होय.

। आत्मबोध ।

जे दिसते ते खरे आहे । परि ते काय आहे ।
मायेचे मर्म विचारात आहे । आहे ती भासमय ॥
हेचि तिचे रूप । हा विचार होई हृदयस्थ ।
दृश्याचे अनेकपण जाऊन । होई विलीन एकपणात ॥

ओवी ३४

येकीं अनेक आटलें । येकपण अनेकासवें गेलें ।
उपरी जे निःसंग उरलें । तेंचि स्वरूप तुझें ॥३४॥

अर्थ : अनेक जण एकपणात जिरून गेले. अनेकपणाबरोबर एकपणही अंतर्धान पावले. अनेकपण व एकपण जाऊन संबंधरहित असे केवळ आत्मस्वरूप उरले, तेच तुझे खरे स्वरूप समज.

स्पष्टीकरण : अनेक कल्पना सापेक्ष असतात. त्यापैकीच 'एकपण' आणि 'अनेकपण' होय. एकापेक्षा जिथे जास्त आहे ते 'अनेकपण'. जे फक्त एकच एक आहे ते 'एकपण'.

एकातून अनेकांचा जन्म होतो आणि पुन्हा अनेकपण एकपणात मिटते. 'वेदांता'त त्यास एकमेवाद्वितीय (एक आणि एकच, ज्याच्यासारखे दुसरे कोणी नाही) असे म्हणतात. माया अनेकरूपी आहे, ती अनेकरूपात आहे. ती जेव्हा आत्मस्वरूपात मिसळते तेव्हा फक्त आत्मस्वरूप उरते. हे आत्मस्वरूप म्हणजे आपले खरे रूप होय.

। आत्मबोध ।

एकातून अनेकांचा जन्म होणे । अनेकांचे एकात मिटणे ।
यास एकमेवाद्वितीय म्हणणे । योग्य असे ॥
माया अनेकरूपी असे । ती आत्मस्वरूपात मिसळतसे ।
तेव्हा आत्मरूप उरतसे । तेच फक्त खरे ॥

ओवी ३५

तुझे स्वरूप तुजचि न कळे । तें जया साधनें आकळे ।
तें साधन ऐक, सोहळे । भोगिसी स्वानंदाचे ॥३५॥

अर्थ : आपले खरे रूप आपल्याला कळत नाही. ते ज्या साधनाने कळते, ते साधन आता ऐकावे. ते साधन केले असता, आत्मानंदाचा भोग भोगण्याचा आनंदमय प्रसंग येईल.

स्पष्टीकरण : वास्तव हे आहे, की आपण खरे कोण, हेच आपल्याला कळत नाही. कारण 'मी कोण आहे?', 'माझे आत्मरूप काय आहे?', याचा आपण शोधच घेत नाही. म्हणून जोपर्यंत आपण आपल्या आत्मरूपाचा शोध घेत नाही, तोपर्यंत सर्व दुःखे असणारच. कारण तेच दुःखाचे मूळ आहे. 'मी कोण आहे' हे समजल्यावर आपण आत्मस्वरूपाचा शोध घेतो. स्वस्वरूपाचे ज्ञान झाल्यावर जीवनात परमोच्च आनंद भरून राहतो. आपल्या स्वस्वरूपावर अज्ञानाचे आवरण असते. ते नाहीसे करण्यासाठी, काढून टाकण्यासाठी वापरतात ते 'साधन'. अध्यात्मशास्त्रात स्वस्वरूपावर अज्ञानाचे आवरण दूर करण्यासाठी हे 'साधन' वापरतात. सद्वस्तूचा अनुभव घ्यायचा असतो. ही सद्‌वस्तू बुद्धीने निश्चित केलेली असते. त्यामुळे या सद्‌वस्तूचा अनुभव घेण्यास साधन आवश्यक असते. त्याचे सांगोपांग वर्णन अध्यात्मशास्त्र करते. त्यामुळे संताचे जे अध्यात्मावर आधारलेले साहित्य आहे, त्याच साधनाला धरून हे तत्त्वज्ञान सांगितले आहे.

। आत्मबोध ।

कोण आपण कळत नाही आपणास ।
ते साधन मी आता सांगतो तुम्हास ।
स्वस्वरूपावर असते अज्ञानाचे आवरण ।
ते दूर करण्यास वापरती त्याचे नाव साधन ॥

ओवी ३६

इति श्रीआत्माराम । सांगेल पुढील साधनधर्म ।
जेणे भिन्नत्वाचा भ्रम । तुटोन जावे ॥३६॥

अर्थ : आता या 'आत्माराम' ग्रंथात पुढील समासात साधनाचे रहस्य सांगितले जाणार आहे. त्या साधनाने द्वैताची खोटी समजूत नष्ट होईल.

स्पष्टीकरण : 'आत्माराम' ग्रंथातील पुढील समास म्हणजे साधन धर्माचे निरूपण आहे. जिवाचा म्हणजेच माझा जो भ्रम झाला, त्याचे निराकरण करण्यासाठी सर्व साधने निर्माण झाली आहेत. मी म्हणजे कोण, तर माझे शरीर. माझ्या शरीराविना मला अस्तित्व नाही, ही माझी धारणा पक्की आहे. वास्तविक मी आत्मस्वरूप आहे. पण त्याचाच मला देहापुढे विसर पडला. मग आत्मस्वरूपापर्यंत मी कसा पोहोचणार? मला असे वाटत होते, की मी देहधारी वेगळा आणि मी आत्मस्वरूप वेगळा. जे काही सुरू असते, ते माणसांच्या अंतरंगात सुरू असते. त्यामुळे माणसाला बाह्यरूप बदलून चालत नाही. तर अंतरंग बदलावे लागते. तिथल्या समजुती बदलाव्या लागतात. सतत त्यासाठी प्रयत्न करावा लागतो. हे बदलणे अवघड आहे, पण अशक्य नाही. ही द्वैतभावना, भ्रम नष्ट करण्यासाठी सर्व साधने प्रयत्न करत असतात. माणूस हा साधक झाला, की तो साधना करू लागतो, त्याच्या अंतरंगात बदल होऊ लागतो. अशा माणसाला सिद्ध पुरुष समजावे.

। आत्मबोध ।

साधनांचे इथे निरूपण । करण्या भ्रम निराकरण ।
अंतरंग बदलण्या कारण । समर्थ सांगती साधनवर्म ॥

श्रीसमर्थ यांनी जिथे ग्रंथलेखन केले,
त्या शिवथरघळ येथील धबधबा

समास चौथा

साधननिरूपण

ओवी १ ते ३७

ओवी १

जें सकळ साधनांचें सार । जेणें पाविजें पैलपार ।
जेणें साधनें अपार । साधक ते सीध जाले ॥१॥

अर्थ : जे साधन सर्व साधनसमूहांचे सारभूत आहे, ज्या साधनाने माणूस अज्ञानसागर पार करून, पलीकडील तीराला पोहोचतो आणि ज्या साधनाने असंख्य साधक सिद्ध बनले आहेत, ते साधन तुला सांगतो.

स्पष्टीकरण : समर्थ रामदास या ठिकाणी एक साधन सांगतात. या साधनाचा उपयोग केला तर माणूस पैलतीराला जातो, भवसागर पार करतो. हे साधन सर्व साधनांचे सार आहे. परमार्थ मार्गात अनेक साधने असतात. पण हे साधन असे आहे ज्यात सर्व साधनांचा अर्क आहे. ही सर्व साधने कशासाठी आहेत, तर आपल्या ठिकाणी अज्ञान आहे, त्याचे निराकरण करून आणि आत्मज्ञानाचा मार्ग दाखवण्याचे, जिवाला प्रकाशमय बनवण्याचे काम ती करतात. आता जे साधन समर्थ रामदास वर्णन करणार आहेत, ते आत्मज्ञानाचा मार्ग तर दाखवतेच, त्याचबरोबर जे जे साधक या मार्गाने गेले आहेत, ते ते सिद्ध पुरुष बनतात, याचा इथे प्रत्यक्ष पुरावा आहे. सामान्य माणूस दृश्य विश्वात अडकलेला असतो. या विश्वाचे वैशिष्ट्य असे, की हे विश्व नाशवंत आहे. इथला मोह, माया हा भ्रम आहे हे समजल्यावर, जेव्हा आत्मज्ञान मिळवायचे ठरते, तेव्हा ते मिळवण्याची काही साधने आहेत. उदाहरणार्थ, संगीतात गीत हे माध्यम आहे. वाद्य, आवाज हे साधन आहे. तसे आत्मज्ञानाच्या मार्गावर ही साधने हवीतच. इथून पुढे या साधनांची माहिती आपण घेणार आहेत.

। आत्मबोध ।

करावया पार अज्ञानाचा सागर । दिसावा पलीकडील तीर ।
त्यासाठी साधनांचा आधार । घ्यायला हवा ॥
हे आहे असे एक साधन । जे आहे सर्व सार साधन ।
जो जाईल या मार्गावरून । बनेल तो सिद्धपुरुष ॥

ओवी २

तें हे जाण रे श्रवण । करावें अध्यात्मनिरूपण ।
मनन करिता समाधान । निजध्यासें पावती ॥२॥

अर्थ : साधन म्हणजे श्रवण होय, असे रामदास सांगतात. आत्मस्वरूपाबद्दल सद्‌गुरू/संत जे सांगतात ते केवळ श्रवण करून चालणार नाही, तर त्यावर विचार करायला हवा. अशा चिंतनाने स्वरूपाचे ध्यान लागते. त्या ध्यानाने आत्मस्वरूपाच्या ठिकाणी समाधी लागते.

स्पष्टीकरण : श्रवण करणे म्हणजे ऐकणे. रोजच्या जीवनात आपल्या कानावर अनेक गोष्टी पडतात. त्यातल्या काही आपण ऐकतो आणि सोडून देतो. यावरूनच 'या कानाने ऐकणे आणि त्या कानाने सोडून देणे' असा वाक्प्रचार रूढ आहे. तसेच 'नळी फुंकली सोनारे, इकडून तिकडे गेले वारे' अशी म्हणही आहे. आपण काही गोष्टी मात्र लक्षपूर्वक ऐकतो. ज्या आपल्यालाही खूप जवळच्या असतात, अशा गोष्टींचा यात समावेश होतो. 'ऐकणे' या भाषेतल्या पहिल्या कौशल्याबद्दल आपणास माहीत आहे. ज्याचे श्रवणेंद्रिय निर्दोष आहे तो ऐकतोच. इथे मात्र 'श्रवण' हे एक आत्मज्ञान मार्गावरचे, आत्मस्वरूप जाणण्यासाठीचे एक साधन, असा विचार मांडला आहे. इथे केवळ ऐकण्याला महत्त्व नाही, तर लक्षपूर्वक ऐकणे, चित्त एकाग्र करून ऐकणे, याला फार महत्त्व आहे. सद्‌गुरू जे बोलतात त्यांची वाणी वेगळी आहे. इथे शिष्याला असे श्रवण करायचे आहे, जे केल्यावर अथवा डोळ्यांनी बोललेले ऐकल्यावर स्वतंत्रपणे त्यावर विचार करावाच लागेल. त्याशिवाय त्या बोलण्यातला अर्थ आत्मसातच होणार नाही. श्रवणाचा केलेला हा विचारच आत्मनात्म (स्पष्ट करणे) विवेक आहे. या विवेकाचे वैशिष्ट्य असे की त्यात चिंतन असते, सतत विचार करणे असते. यात जे आत्म नाही ते अनात्म (स्पष्ट करणे) असे बाजूला काढले जाते. म्हणजे उरते ते फक्त आत्मरूप. याचे मूल्य अमूल्य आहे. ज्या वस्तू नाशवंत आहेत, त्या वस्तूंवर आपले लक्ष असते. त्या वस्तूंचा मोह आपल्याला असतो, त्यावर आपला जीव जडलेला असतो, त्या वस्तूंचेच आपल्याला प्रेम असते. ज्या आत्म्याशी निगडित नाहीत, अशा वस्तूंना अनात्म वस्तू म्हणतात. जेव्हा केलेल्या श्रवणावर आपण

चिंतन करायला लागतो, तेव्हा आपल्या लक्षात येते की अनात्म वस्तू या नाशवंत आहेत. त्यांच्यावर चिकटलेले मन तेथून दूर करायला हवे, अशी जेव्हा मनाची अवस्था होते, तेव्हा त्या अवस्थेला अनासक्ती (ज्याबद्दल आसक्ती नाही अशी स्थिती) म्हणतात. ही स्थिती येणे अवघड आहे. पण आपण ठरवलेले असते की हा भवसागर आपल्याला पार करायचा आहे, तेव्हा तरून जायला साधन लागतेच. हे साधन म्हणजे साक्षात सद्गुरूंच्या विचारांचे/शब्दांचे श्रवण हे होय. 'श्रवण' या साधनाच्या चिंतन-मननामधून शिष्याला नाशवंत जगाचे ज्ञान तर होतेच, शिवाय त्याविषयी वैराग्यभावनाही निर्माण होते. साहजिकच शिष्याचे मन आत्मस्वरूपाकडे प्रवास करू लागते. याला ध्यान किंवा स्वरूपाचे ध्यान किंवा निजध्यास म्हणतात. ध्यानावस्था निर्माण होण्यास वेळ लागतो. पण एकदा ही अवस्था आली, की मग मात्र त्यातूनच पुढे समाधी अवस्था प्राप्त होते. या अवस्थेत जीव शांत, तृप्त, समाधानी, आत्ममग्न होतो. यातला साधनमार्ग हा आहे की श्रवणापासून सुरू होणारा हा मार्ग समाधान, तृप्तता, शांतता इथपर्यंत पोहोचतो. हा 'साधनमार्ग' शिष्याला अनात्म्याकडून आत्म्याकडे, नाशवंताकडून चिरंजीवित्वाकडे, आसक्तीकडून अनासक्तीकडे नेतो. परमार्थाचा म्हणजेच आत्मस्वरूप शोधण्याचा-समजण्याचा जो प्रवास आहे, त्या प्रवासातला हा 'साधनमार्ग' राजमार्ग आहे. समर्थ रामदास या साधनास खूप महत्त्व देतात.

। आत्मबोध ।

आत्मज्ञानाच्या मार्गावरील एक साधन । श्रवण असे जाण ।
आत्मस्वरूप जाणण्यासाठी करावे चिंतन । श्रवणाचे ॥
अनात्म बाजूला काढले जाईल । आत्म बाकी उरेल ।
जे मन त्यास चिकटले असे । ते बाजूस होईल ॥
स्थूलातून मन बाहेर पडता । होईल ते सूक्ष्म ।
आत्म्याच्या ठिकाणी राहू लागे । निजध्यास तो असे ॥
यातून येते समाधी अवस्था । जीव होतो शांत, तृप्त ।
श्रवण हा या साधनाचा मार्ग । नेई अनात्म्याकडून आत्म्याकडे ॥

ओवी ३

संत सज्जन महानुभावीं । परमार्थचर्चा करीत जावी ।
हईगई सर्वथा न करावी । ज्ञातेपणें करूनी ॥३॥

अर्थ : संत म्हणजे आत्मज्ञानी पुरुष. या संतांनी आत्मस्वरूप आणि त्याची साधना याबद्दल हयगय न करता चर्चा करावी, सुखसंवाद करावा. मला सर्व कळले, या भावनेने त्याची उपेक्षा करू नये.

स्पष्टीकरण : कोणत्याही गोष्टीचा विचार करताना सामान्यतः आपण बाह्य बाजू लक्षात घेतो. कारण आपण खोलवर जाऊन, अंतर्मुख होऊन विचार करत नाही. कोणत्यातरी साधनाचा वापर करून, आपल्या वृत्ती अंतर्मुख करायच्या असतात. सामान्यतः आपल्या वृत्ती जेवढ्या सहजपणे बाहेर धावतात, तितक्याच सहजपणे त्या अंतरंगात उतरल्या, की स्वरूपात रमू लागतात. तेव्हा साधनाला दृढता येते. असे जर घडत नसेल आणि वृत्तीला आळा घालायचा असेल तर प्रयत्न करावे लागतात, कशाची तरी मदत घ्यावी लागते. साधकांच्या मते साक्षात्कारी पुरुष यांच्या सहवासात परमार्थ संवाद होतो. त्यामुळे वृत्ती बदलतात. बाह्यरंगातून त्या अंतरंगात जातात. यासाठी सतसंग आवश्यक आहे. संतपुरुषांच्या सोबतीत चर्चा करत दिवस घालवले, तर परमार्थासारखा विषय बुद्धीने आकलन होतो. संतजन म्हणजे सज्जन सत्स्वरूपाला चिकटलेले असतात. हे महानुभाव असतात, महान असे जे परमात्मस्वरूप असते, त्याचा त्यांना अनुभव आलेला असतो. पण कधीकधी आपल्याला वाटू लागते, की आपल्याला सगळ्याचे आकलन झाले आहे. मग आता संतसंगतीची गरज काय, असे वाटून आपण ती सोडून द्यायचा विचार करतो. ज्यामुळे सज्जनांबरोबर करत असलेल्या चर्चेकडे आपण दुर्लक्ष करतो. बहिरंगातून अंतरंगात जाणे आणि तिथे स्थिर होणे ही 'साधी' गोष्ट नाही. पण सरावाने हे साध्य होईल. सराव करताना सत्पुरुषांकडून अध्यात्माचे श्रवण करावे, मनाला जे खटकेल, ज्या शंका वाटतील त्या विचाराव्यात. केवळ संशय घेऊन त्यांच्या बोलण्याकडे दुर्लक्ष करू नये, छेद देऊ नये. कारण आपल्या शिष्याच्या शंकांचे सद्गुरू सहज निरसन करतात.

। आत्मबोध ।

वृत्ती असती बहिर्मुख । परी साधन करून करावी अंतर्मुख ।
स्वस्वरूपी रमू लागता । समजावी दृढता साधनाला ॥
रहावे सदा । साक्षात्कारी पुरुषांच्या संगतीत ।
त्यांचा परमार्थसंवाद । करील वृत्तींची स्थिरता ॥
नसावी भावना, कळले सर्व आपल्याला । म्हणोनी न सोडावी संतसंगती ।

ओवी ४

परमार्थ उठाठेवी करितां । लाभचि आहे तत्त्वता ।
दिवसेंदिवस शुधता । वृत्तीस होये नीच नवीं ॥४॥

अर्थ : परमार्थ चर्चेचा खटाटोप केला, तर खूप फायदा होतो. दिवसेंदिवस वृत्ती शुद्ध होत जाते, अधिकाधिक नित्य नवी निर्मळ होते.

स्पष्टीकरण : सतत दृश्याचा ध्यास धरल्याने, आपल्या वृत्ती बहिर्मुख होत असल्याने, माणूस सतत तोच विचार करतो. मात्र मनातले हे दृश्यरूप काढून त्याला अंतर्मुख करायचे आहे. असे केले तरच, ते स्वस्वरूपाच्या चिंतनाने भरून जाईल. अंतःस्वरूपापर्यंत पोहोचण्यासाठी खूप कष्ट घ्यावे लागतात. कारण दृश्य हे स्थूल असते आणि अंतःस्वरूप सूक्ष्म असते. त्यामुळे आपल्या मनाला तिथपर्यंत पोहोचण्यासाठी कष्ट करावे लागतात. तिथे पोहोचणे म्हणजे स्वस्वरूपसंधान होय. जर संतांच्या सहवासात राहिलो तर दुसरा विषयच नसतो. मग मन अध्यात्माने भरून जाते. ते सतत अध्यात्माने भरून राहिले, तर हळूहळू दृश्यातून ते बाहेर पडते, तरल बनते. स्वरूपी स्थिर होते.

जेव्हा दृश्यवस्तूची भावना कमी कमी होत जाते, तेव्हा सूक्ष्म बनलेले मन शुद्ध मन होय. हे अत्यंत निर्मल असते.

। आत्मबोध ।

करावी परमार्थ चर्चा । मन पोचेल सूक्ष्मापर्यंत ।
तिथे पोचणे म्हणजे । स्वस्वरूप संधान होय ॥

संतांच्या सोबतीत । नसे दुसरा विषय ।
मन अध्यात्मात । भरून जाई ॥
दृश्यातून पडे बाहेरी । होई दंग सूक्ष्मात ।
बनते तरल, स्थिर । शुद्ध, निर्मल होई ॥

ओवी ५

श्रवण आणि मनन । या ऐसें नाही साधन ।
म्हणोनी हें नित्य नूतन । केलें पाहिजे ॥५॥

अर्थ : श्रवण आणि मनन यासारखे परमार्थाचे अन्य साधन नाही. म्हणून ते सतत नवे करणे जरूरीचे आहे.

स्पष्टीकरण : आपण जे जे ऐकतो, ते ते सर्व मनात धारण करतो, असे नाही. जे मनास पटते, रूचते ते ते धारण केले जाते, म्हणजे ऐकलेल्यावर चिंतन केले जाते. ते मनात धारण केले जाते. ऐकणे आणि मनन करणे एकरूप असायला हवे. आत्मज्ञानाच्या क्षेत्रात असेच असायला हवे. गुरूंकडून ज्या ज्या गोष्टींचे श्रवण होईल, त्या त्या गोष्टींचे मनन करायला हवे. मननाने मनास शुद्धता येते. मनन केले नाही, तर श्रवण वाया जाते. इकडून ऐकले, तिकडून सोडून दिले, असे होते. या मननात चैतन्य हवे, नवता हवी, सर्जनशीलता हवी. हे सारे मननात कसे येणार? मननात नाविन्य कसे आणायचे? मुळात त्यात एवढी ताकद कुठे असते? पण जेव्हा आपले मन आत्मपदी स्थिर होते, तेव्हा ते प्रतिभेने भरून जाते. अर्थात, हे सामान्य माणसासाठी अवघड आहे. जी व्यक्ती सत्पुरुष आहे, जी व्यक्ती आत्मपदी स्थिर झालेली आहे, अशा व्यक्तीचे मन प्रतिभेने ओतप्रोत भरलेले असते. इथे वेगळा सुसंवाद घडतो. यात नाविन्य तर असतेच, पण सर्जनशीलता, नवनिर्माणक्षमताही असते. आपण सामान्य माणसे आहोत, अनेक मर्यादा आपल्याला असतात त्यामुळे मनन करता आले, तरी त्यात नाविन्य नसते. जेव्हा आत्मरूपाशी एकरूपता येते, तादात्म्य पावता येते, तेव्हा मात्र आत्मरूप अनंत असते. त्या आत्मरूपाच्या चिंतनात असीम नाविन्य असते. म्हणून संताकडून

आत्म्याबद्दल श्रवण करावे, त्यावर मननही करावे असे सांगितले जाते. यातूनच दोन्हीत सातत्य आणि नाविन्य येईल.

। आत्मबोध ।

संतवचनांचे करता श्रवण आणि मनन । शुद्ध होई आपुले मन ।
अन्यथा जाई मनन । व्यर्थ समजावे ॥
श्रवण आणि मनन । नाही वेगळे जाण ।
परी त्यात हवे नित्यनूतन । तेव्हाच प्रतिभेने भरे ॥
येई आत्मरूपाशी एकरूपता । त्यातूनच येई नवीनता ।

ओवी ६

जैसें ग्रंथीं बोलिलें । तैसेंचि स्वयें पाहिजे जालें ।
येथें क्रियेच्या माथा आले । निश्चितार्थे ॥६॥

अर्थ : परमार्थरूप जे ग्रंथ असतात, त्या ग्रंथांमध्ये ज्या ज्या अवस्था वर्णन केलेल्या असतात, त्या त्या आपण स्वतः अनुभवल्या पाहिजेत. अर्थरूपाने त्या निश्चितपणें अंतःकरणात ठसणे, हीच येथील क्रिया असते.

स्पष्टीकरण : परमार्थपर ग्रंथात आत्मस्वरूपापर्यंत जाण्यासाठी वेगवेगळ्या स्थितींचे, अवस्थांचे वर्णन केलेले असते. त्या केवळ वाचून, ऐकून समजणार नाहीत. त्या अवस्थांचे प्रत्यक्षात अनुभव घ्यायला हवेत. त्यांची प्रचीती यायला हवी. त्याचा अर्थ मनात ठसला पाहिजे.

। आत्मबोध ।

ग्रंथ परमार्थात वर्णन । विविध अवस्थांचे ।
केवळ वाचून न कळे त्या । अनुभव घ्यावा स्वतः ॥
ठसावा अर्थ मनात । आपुल्या अंतःकरणात ।
हीच येथील क्रिया । जाण तू ॥

ओवी ७

जे ग्रंथी जो विचार । वृत्ती होय तदाकार ।
म्हणोनी निरूपण सार । भक्ति ज्ञान वैराग्य ॥७॥

अर्थ : ज्या ग्रंथामध्ये जे विचार असतात, त्यांच्याशी मन तद्‌रूप (एकरूप) होऊन जाते. परमार्थ ग्रंथात भक्ती, ज्ञान आणि वैराग्य यांचेच विवेचन असते.

स्पष्टीकरण : अध्यात्मपर ग्रंथ आणि इतर ग्रंथ यात फरक असतो. कोणतेही पुस्तक वाचताना, कधी आपण ते मनापासून वाचतो, तर कधी उडत उडत वाचतो. क्षणभरासाठी ही पुस्तके आपल्या मनात विचार निर्माण करतात, तर कधी हेही घडत नाही.

अध्यात्म ग्रंथ सर्वसामान्य माणसाला समजतातच असे नाही. हे ग्रंथ वाचायला एक ताकद लागते, एक मानसिक शक्ती लागते. अध्यात्म ग्रंथ केवळ विचार देऊन थांबत नाहीत, तर त्या ग्रंथातील विचारांशी एकरूप होण्याची अपेक्षाही ठेवतात. त्या विचारांनी माणसाच्या मनाची अवस्था बदलते. अंतर्मन बदलते. त्यावर परिणाम होतो. परमार्थात अंतर्बाह्य बदलणे अपेक्षित असते. या ग्रंथात भक्ती असते, तसे ज्ञान असते आणि वैराग्यही सांगितलेले असते. हेच यांचे वैशिष्ट्य असते. म्हणून या ग्रंथांच्या श्रवणाने किंवा अभ्यासाने आपल्या मनात भक्ती, ज्ञान आणि वैराग्य यांचा परिपोष झाला पाहिजे. यातून माणूस परमार्थाचा अधिकारी बनायला हवा.

। आत्मबोध ।

परमार्थपर ग्रंथी । ज्ञान, वैराग्य भक्ती ।
विचार देऊन न थांबती । अंतर्मन बदलती ॥

ओवी ८

तो शिष्य म्हणे स्वामी सर्वथा । सत्य करावी प्रतिज्ञा ।
नाशवंत घेऊन, साधनां । वरपडें न करावें ॥८॥

अर्थ : गुरूंचे म्हणणे ऐकून शिष्य म्हणाला, "अहो स्वामी, आपण सारे काही जाणतां, आपण दिलेले वचन पूर्ण करावे. आपण माझ्याकडून नाशवंत घेतलेत. आता मला साधन करायला लावू नका."

स्पष्टीकरण : आपण पाहिले की आत्मस्वरूप समजून घेण्यासाठी गुरू शिष्याला मदत करतात. त्यासाठी गुरू शिष्याला जे नाशवंत आहे, ते ते आपल्याला देऊन टाकायला सांगतात. कारण परमार्थ मार्ग हा अविनाशी आहे. शिष्याला असे वाटते, की जे जे विनाशी आहे, ते ते आपण गुरूंना देऊन टाकले आहे. आता गुरूंनी आपल्याला साधना करायला लावण्यापेक्षा स्वरूपदर्शनाचे ज्ञान द्यावे.

। आत्मबोध ।

गुरू करती मदत शिष्या । समजून घेण्या आत्मस्वरूप ।
शिष्याला पडती प्रश्न । अर्थ विचारती त्याचा ॥
परमार्थ मार्ग हा अविनाशी । परी गुरूंना दिधले विनाशी ।
आता द्यावे परमात्म दर्शन गुरूने । शिष्याला हे वाटतसे ॥

ओवी ९

अरे शिष्या चित द्यावें । नाशवंत तूंवा वोळखावें ।
साधन न लगे करावें । प्रतिज्ञाच आहे ॥९॥

अर्थ : अरे शिष्या, तू नीट लक्ष दे. नाशवंत कोणते ते तू नीट समजून घे. तुला साधन (साधन करणे म्हणजे एखादे कार्य पूर्ण करण्यासाठी विशेष परिश्रमपूर्वक आणि सातत्याने प्रयत्न करणे) करावे लागणारच, ही प्रतिज्ञा मला पूर्ण मान्य आहे.

स्पष्टीकरण : आत्मा आणि अनात्मा (जिथे आत्मा नाही) या दोन वस्तू अशा आहेत, ज्या अंतिम आहेत. सामान्य माणूस आपल्या बुद्धीने विचार करतो, तेव्हा आत्मा आणि अनात्मा अशा या वस्तू त्याच्या अनुभव क्षेत्रात येतात. आत्म वस्तू कधीच नाश पावत नाही. शिष्य इथेच घोटाळा करतो. त्यामुळे गुरूंना कितीही नाश पावणारे दिले, तरी त्याला आत्मदर्शन होत नाही. पण हे कसे घडते, या प्रश्नाचे उत्तर मिळण्यासाठी, नाशवंत किंवा विनाशी याविषयी नीट समूजन घेतले पाहिजे.

। आत्मबोध ।

गुरू म्हणे शिष्याला । नीट द्यावे लक्ष ।
काय आहे विनाशी । नीट समजून घ्यावे ॥
समजले तत्त्व हे । तर न लागे साधन ।
गुरू म्हणे शिष्याला । प्रतिज्ञा आहे मान्य ॥

ओवी १०

प्रतिज्ञा करावी प्रमाणे । ऐसें बोलतो हा कोण ।
नाशवंत केले मदर्पण । त्याहीमध्ये तो आला ॥१०॥

अर्थ : शिष्य गुरूंनी आपली प्रतिज्ञा खरी करावी असे म्हणतो. पण हे बोलणारा तो कोण आहे? सगळेच जर गुरूंना देऊन टाकले आहे. तर त्यात तोही आलाच ना?

स्पष्टीकरण : पंचमहाभूते विनाशी आहेत. माणसाच्या शरीरात ही पंचमहाभूते असतात. माणसाचा विशेष असा, की त्याच्या ठिकाणी मन आहे आणि बुद्धीही आहे. दोन्ही चंचल. माणसाच्या मनात अनेक कल्पना येतात आणि जातात. या सगळ्यावरून आपल्या लक्षात येईल की मन, बुद्धी, कल्पना नाश पावणाऱ्या आहेत, तसेच माणसाच्या ठिकाणी असणारा 'मीपणा' किंवा 'अहंकार' हाही नाशवंत आहे.

। आत्मबोध ।

सारे जर दिले गुरूंना । यात गुरूपण आला ।
मग कोण हे बोलला । समजेना शिष्याला ॥

पंचमहाभूते असती विनाशी । बोलतो माणूस मनाशी ।
आहे बुद्धी त्याच्यापाशी । पण मनही असे त्यापाशी दोन्ही असती चंचल ॥

ओवी ११

तूं म्हणसी जें दिधलें । तरी देयास कोण उरलें ।
जे उरलें तें झुरलें । मजकडे ॥११॥

अर्थ : सर्व काही दिलेस असे तू म्हणतोस, मग ते देणारा त्या देण्यातून शिल्लक कसा उरेल? जे देणारे उरले असे वाटते, ते गुरूच दिले गेलेले असतात.

स्पष्टीकरण : शिष्याला अजून प्रश्नच पडत आहेत. त्याच्या मनात अनेक शंका आहेत. या शंका तो सतत गुरूंना विचारतो. गुरूंनी दाखवलेला प्रांत हा अगदी वेगळा आहे. त्याच्या शंकांचे निरसन झाल्याशिवाय, गुरू पुढच्या पायरीवर जात नाहीत. आपल्या अवतीभवतीचे आपल्याला दिसते. त्याला आपण दृश्य म्हणतो. हे जे दिसते, त्याचा काही ना काही शेवट आहे. म्हणजे ते विनाशी आहे. दृश्य दिसते, ते द्वैत असते. द्वैत अनुभवात शिरते. वस्तू देणारा, वस्तू घेणारा आणि ती वस्तू अशी त्रिपुटी असते. ही देण्याच्या क्रियेत असते. त्रिपुटी म्हणजे त्रिकुट - तीन गोष्टी. असे असले तरी, या तिन्ही गोष्टी वेगवेगळ्या नसतात, तर परस्परात गुंतलेल्या असतात. ज्ञानाच्या व्यवहारातही हेच असते. ज्ञाता, ज्ञेय आणि ज्ञानवस्तू. देण्यात-घेण्यात दाता आणि घ्याता एकमेकात विलीन होतात. व्यवहारात मात्र वस्तू दिली, की घेणाराला ती मिळते, पण देणारा उरतोच. परमार्थात मात्र द्वैताचे रूपांतर, अद्वैतात व्हावे लागते. इथे देणारही उरत नाही.

। आत्मबोध ।

शिष्य विचारी प्रश्न । गुरू करतो त्याचे निरसन ।
शिष्याचे होई समाधान । त्यायोगे ॥
शिष्य विचारी देण्याविषयी । देणारा कसा उरतो शिल्लक ।
जो वाटतो देणारा उरला । तो गुरूच दिला गेलेला ॥
दृश्य विनाशी असे । दृश्य द्वैतमय असे ।
परी परमार्थी अद्वैत दिसे । द्वैताचे अद्वैतात ॥

ओवी १२

तूं नाशवंतामध्यें आलासी । आपणांस कां रे चोरिसी ।
नाशवंत देतां चकचकीसी । फट रे पढतमूर्खा! ॥१२॥

अर्थ : देणारा मी आहे आणि हा मी नाशवंत आहे. असे जर आहे तर सर्व काही देताना, स्वतःला तेवढे बाजूला का ठेवावे? जे विनाशी आहे, हे माहीत आहे, तरी ते द्यायला कां कूं करणें म्हणजे, शहाण्याने गाढवपणा (पढत मूर्ख) करणे होय.

स्पष्टीकरण : माणूस सर्व काही देतो. पण त्याला अहंकार देता येत नाही. वास्तविक माणसामध्ये असणारे 'मीपण' नाशवंत आहे. पण तरी, ते देण्यास मात्र माणूस तयार नसतो. कारण तो 'मीपणा' हे त्याचे सर्वस्व असते. त्यामुळेच सर्वांवर त्याचे वर्चस्व असते. माणसाला माहीत असते, हा 'मीपणा' दिला तर काहीच उरणार नाही. तो 'मीपणा' हे त्याचे अस्तित्व असते. अहंकार देणे ही देण्यातली शेवटची पायरी. ती त्याला चढता येत नाही. याचे कारण त्याची व्यवहारशून्य विद्वत्ता म्हणजेच त्याची अविद्या, अज्ञान. वास्तविक 'मीपणा' देणे म्हणजे सर्वस्व देणे. तरीही माणूस स्वतःला बाजूला काढतो. इथे देणारी कोणी अमूर्त नाही. तर नाशवंत, सान्त 'मी' आहे. म्हणजे आपण जे द्यायला तयार नाही, ते अविनाशी आहे ते माहीत असूनही, ते देण्यास माणूस मागेपुढे पाहातो, पटकन देत नाही. हा शहाण्याने गाढवपणा करणे आहे, असे इथे गुरूंना वाटते. म्हणून समर्थ रामदास याला 'शहाणा गाढव' म्हणतात.

। आत्मबोध ।

माणसाने सर्वकाही देणे । परि मीपणा न देणे ।
तो नाशवंत आहे जाणतो जरी । तरी न देई मीपणा ॥
मीपणा असे सर्वस्व । ते देणे म्हणजे वाटते देणे स्व ।
जिवात नसते स्व देण्याचे धाडस । असेच वागतो माणूस ।
शहाणा गाढव म्हणती रामदास । अशा माणसाला ॥

ओवी १३

शिष्य विचारून बोले । स्वामीं कांहींच नाहीं उरलें ॥
अरे 'नाही' बोलणेंहि आलें । नाशवंतामध्यें ॥१३॥

अर्थ : शिष्य विचार करून म्हणाला, ''स्वामी काहीच उरले नाही.'' त्यावर स्वामी म्हणाले, ''अरे काहीच उरलें नाहीं हे बोलणेही नाशवंतामध्ये येते.''

स्पष्टीकरण : स्वामींच्या सगळ्या बोलण्याचा विचार शिष्याने केला आणि तो म्हणाला, ''आता काहीच उरले नाही.'' त्यावर स्वामींनी त्याला उपदेश केला आणि सांगितले की, 'माझ्याकडे काहीच उरले नाही.' असे म्हणणे हेसुद्धा नाशवंत आहे. जिकडेतिकडे 'मी'च भरून आहे. सगळे काही दिले पण 'मीपणा' काही देता आला नाही. 'मीपणा' आहे तिथे 'मी' आणि 'तू' आहे. म्हणजे द्वैतभाव आहे, सान्तपणा आहे. मीही अल्प आणि तूही अल्प. दोघे एकमेकावर अवलंबून असतात. तेव्हा 'काही उरले नाही' म्हणणे असो किंवा 'काही उरले' म्हणणे असो, दोन्हीही अहंभावातून येतात. त्यामुळे दोन्ही प्रकारचे बोलणे नाशवंतच आहे. कारण या बोलण्यात 'मी' आहे.

। आत्मबोध ।

शिष्य बोले विचार करून । स्वामी काहीच उरले ना ।
हेही बोलणे मीपणातून । जे आहे नाशवंत ॥

ओवी १४

आहे म्हणतां द्या काही । नाहीं शब्द गेला तोही ।
नाही नाही म्हणता काही । उपजलें की ॥१४॥

अर्थ : जर काही आहे, असे म्हटले तर ते देऊन टाकावे. ते दिल्यावर काही उरत नाही. म्हणून काही नाही असे म्हणण्याची गरज नाही. पण काही नाही, काही नाही असे म्हणण्यातच शून्यपणाचा प्रत्यय येतो.

स्पष्टीकरण : आत्मा अविनाशी आहे, तर शरीर नाशवंत आहे. हे दोन्ही मिळून विश्व बनते. सर्व काही देऊन टाकले, असे म्हटले तरी जे उरते, तो अहंकार असतो. कारण तो देता येत नाही. याची जाणीव असतेच. त्यामुळे काहीतरी द्यायचे राहून गेलेय असं लक्षात आल्यावर, जे आहे ते देऊन टाकावे. म्हणजे 'मीपणा' देऊन टाकावा. मग खऱ्या अर्थाने काहीच उरत नाही. आत्म्याचं रूप कसं आहे? तर आत्म्याला रूपच नाही. तो अदृश्य आहे आणि अनात्मा दृश्य आहे. यालाच आपण असणे असे मानतो. दृश्य आहे हे खरे असेल, तर ते नाशवंत आहे, म्हणून ते देऊन टाकावे. कारण 'आहे', 'नाही', 'असणे-नसणे' हे सापेक्ष आहे. जर ते देऊन टाकले, तर दृश्य संपेल. दृश्य संपलेच, तर उरेल ती पोकळी. अशी पोकळी म्हणजे शून्यच की! नाशवंत दृश्य नाहीसे झाले. असे असले तरी अविनाशी, अनंत, असीम आत्मस्वरूप आहे, असे झाले नाही. म्हणजे दृश्य नष्ट होणे आणि आत्मस्वरूप न दिसणे यात एक जागा आहे, रिकामेपण आहे, तेच शून्य होय. हे शून्य ओलांडले की स्वरूपदर्शन घडते.

। आत्मबोध ।

सर्व काही दिले तरी । उरे मीपणा अहंकार ।
कठीण ते आहे । परी ते केले ॥
नाशवंत असे दृश्य । देऊन टाकले ।
परी अविनाशी अदृश्य । आहे असे न होते ॥
दृश्य नष्ट होणे । अदृश्य न दिसणे ।
यात अवकाश असणे । तेच होय शून्य ॥
जाता ओलांडूनी शून्य । मग घडे स्वरूपदर्शन ।
हे तू जाण शिष्या । या मार्गात ॥

ओवी १५

येथें सुन्याचा निरास आला । आत्मा सदोदित संचला ।
पाहों जाता साधकाला । ठावचि नाहीं ॥१५॥

अर्थ : येथे शून्य मिथ्या ठरते. ते नाहीसे होते. मग सदैव प्रकाशमान असणारा आत्मा सर्व ठिकाणी व्यापून आहे, असा प्रत्यय येतो. आत्मा प्रकट झाल्यावर साधकाला स्थानच उरत नाही.

स्पष्टीकरण : माया ईश्वरनिर्मित आहे. हा ईश्वर आपल्या अवतीभवतीचा. आपण सामान्य माणसे, त्यामुळे आपल्यासाठी माया सगुण साकार आणि समोर मूर्तिरूपात दिसणारा ईश्वरही सगुण साकार. काही मायेची रूपे दृश्य तर काही अमूर्त! व्यवहारातली रूपे मूर्त, दृश्य, नाशवंत. जी रूपे निराकार ती मात्र अमूर्त. माया जिथे, तिथे माणसात अहंकार, मीपणा असणारच. हे मायेचे रूप देऊन टाकता येत नाही, मात्र त्याचा त्याग करता येतो. आपण या मायेच्या वेढ्यात गुंतलेलो असतो. आपली वाट परमार्थाची आहे, आत्मस्वरूप शोधायची आहे, असे समर्थ सांगतात. या मायेच्या वेढ्यातून बाहेर पडलो, तरच या मार्गाला लागू. पण गंमत अशी आहे, की एखादवेळेस आपण मायेच्या वेढ्यातून सुटतो, पण परमार्थाच्या वाटेवर चालू लागतो असे मात्र होत नाही. या दोन्हींच्या मध्ये एक रिकामी जागा असते. त्यामुळे आत्मदर्शन दूर राहते. आपण अशा पायऱ्यांवर असतो, जिथे काही गोष्टींचे निराकरण व्हावे लागते. त्यामध्ये देहाचे 'मी'पण, व्यावहारिक सुखांचा मोह आणि परमात्म्याच्या रूपाविषयीचे अज्ञान या तीन गोष्टी येतात. या तिघांचा साक्षी म्हणजेच 'आत्मस्वरूप', 'मी' होय. तो नेहमी प्रकाशमान असतो. येथे शिष्याची साधकावस्था संपते. सिद्धावस्था सुरू होते. याचा अर्थ असा की, मायेतून बाहेर पडणे आणि परमार्थ मार्गाकडे जाणे, यातली मधली स्थिती संपते. परमार्थाचा प्रांत सुरू होतो. या मार्गावरून चालणाऱ्याला 'सिद्ध पुरुष' म्हणतात. या अवस्थेला 'सिद्धावस्था' म्हणतात.

। आत्मबोध ।

मायेचा प्रांत मागे टाकला । परमार्थ मार्ग समोर दिसला ।
शून्याचा प्रांत मधला । तो पार झाला ॥

आत्मा असे प्रकाशमान । आत्मा सर्वांना व्यापून ।
मग साधकाला नसे स्थान । आत्मा प्रकटता ॥
साधकावस्था संपून त्याला । सिद्धावस्था प्राप्त होई ॥

ओवी १६

अभिन्नज्ञाता तोचि मान्य । साधक साध्य होता धन्य ।
वेगळेपणे वृत्तिसून्य । पावती प्राणी ॥१६॥

अर्थ : अभिन्नज्ञाता म्हणजे असा ज्ञाता, जो ज्ञेयवस्तूशी एकरूप होतो. तोच खरा ज्ञाता. जो साधक आत्मस्वरूपाशी तादात्म्य पावतो, तोच खरे ध्येय गाठतो. स्वस्वरूपाहून जोवर वेगळेपण आहे, तोवर वृत्तीला फार तर शून्यपणा आणता येईल.

स्पष्टीकरण : ज्ञाता म्हणजे मी आणि ज्ञेय म्हणजे तू. मी आणि तू दृश्याच्या ज्ञानात/प्रत्यक्षात वेगळे असतात. हे झालं मूर्त, प्रत्यक्ष ज्ञान. पण आत्मज्ञान वेगळे आहे. इथे ज्ञाता (मी) हा ज्ञेयाहून (आत्मस्वरूपाहून) वेगळा असतच नाही. आत्मज्ञानात ज्ञाता-ज्ञेय एकरूप असतात. खरा ज्ञाता असा ज्ञाताच होय. आत्मस्वरूपाशी तदाकार पावणे, एकरूप होणे, समरस होणे हे साधकाचे परमध्येय असते. साधकाचा प्रवास आत्मस्वरूप जाणण्याकडे सुरू होतो. तो विश्वाशी एकरूप होतो. तो सर्व प्राणीमात्रांशी एकरूप होतो. माझे अस्तित्व सर्व देहांत आहे, ही त्याची प्रचीती असते. असा साधक त्याचे खरे ध्येय गाठतो. तो साधक न राहता सिद्धपुरुष होतो. साधकाला स्वस्वरूपाशी एकरूप व्हावेच लागते, समरस व्हावे लागते. दोघांत अभिन्नता निर्माण व्हावी लागते. ही समरसता निर्माण होत नाही, तोवर तो स्वस्वरूपाहून वेगळा राहतो. या वेगळेपणात वृत्तीला शून्य करण्यापर्यंत मजल मारता येते. शून्य म्हणजे जिथे दृश्य नाही अशी पोकळी. हा शून्यपणा आणणे, म्हणजे जणू काही जागे असून झोपेची स्थिती प्राप्त करणे होय.

। आत्मबोध ।

प्रवास साधकाचा । आत्मस्वरूप जाणण्याचा ।
आत्मज्ञानात ज्ञाता आणि ज्ञेय । एकरूप होय ।
आत्मस्वरूपाशी पावे तादात्म्य । हे असे साधकाचे परमध्येय ॥

ओवी १७

वेगळेपणें पाहों जातां । मोक्ष न जोडे सर्वथा ।
'आत्माहि दिसेसा नाहीं' मता । वरपडे होती प्राणी ॥१७॥

अर्थ : मोक्ष जोडणे म्हणजे काय? तर मोक्ष प्राप्त होणे. एक अशी अवस्था जिथे जन्म आणि मृत्यूचे बंधन तुटणे. यालाच विमोक्ष, विमुक्ती किंवा मुक्तीही म्हणतात. भारतीय दर्शने असे सांगतात की अज्ञानामुळे जीव वारंवार जन्म घेतो आणि मरतो. या जन्ममृत्यूच्या बंधनातून मुक्त होण्यालाच मोक्ष म्हणतात.

एकदा मोक्ष मिळाल्यावर पुन्हा या मृत्युलोकात जन्म घेण्याची आवश्यकता जिवाला नसते. म्हणून प्रत्येक माणसाला आपण मेल्यानंतर आपल्याला मोक्ष मिळावा असे वाटते. नेहमीच्या आत्यंतिक दु:खातून निवृत्ती म्हणजे मोक्ष होय. मोक्षात अनंतत्व असते, तर बंधनात मर्यादा, बांधलेपण असते. बंधनात नाश असतो, बंधनात पूर्णता नसते, बंधनात मर्यादा असतात. मोक्षाचा अनुभव वेगळा असतो. मोक्षात तुरीयेच्या पलीकडचा अनुभव असतो. तोही विरून जातो. बंधनात सगळ्याला चौकट असते. बंधनात इतरांचेही ज्ञान होते. मोक्षात स्वत:चे स्वरूप कळते, स्वत:चे ज्ञान होते. इतरांचे ज्ञान होत नाही. स्थूल आणि सूक्ष्म वस्तू दृश्यात असतात. इंद्रियांद्वारे त्यांचे ज्ञान होते. आत्मवस्तूचे ज्ञान होण्यास तिच्याशी एकरूप व्हावे लागते, अद्वैत भाव असावा लागतो.

जशा आत्मवस्तू, तशा अनात्मवस्तू. याचे ज्ञान मन, बुद्धी आणि इंद्रिये करून देतात. आत्मवस्तूचे क्षेत्र असे आहे की, ते अनात्मवस्तूच्या पलीकडील आहे. इंद्रिये आत्मा पाहू शकत नाहीत, कारण इंद्रियांना दृश्य वस्तू दिसतात.आत्मा अमूर्त आहे, निराकार आहे. आत्म्याला मन आणि बुद्धी पाहू शकत नाहीत, कारण तो स्वसंवेद्य आहे. मन आणि बुद्धी जड आहेत. आत्मवस्तूंचे ज्ञान करून द्यायला ज्ञानसाधने लागतात. तरी त्यांना आत्मा दिसत नाही.

बंधनात असे अल्पज्ञान । बंधनात असे अल्पजीवन ।
बंधनात असे अल्प आनंद । बंधनात हव्यास असे ॥
बंधनात नाशवंतपणा । बंधनात अपूर्णपणा ।
बंधनात अनेकपणा । बंधनात आयास, प्रयास ॥
मोक्षात असे अनंत ज्ञान । मोक्षात असे अनंत जीवन ।

मोक्षात असे अनंत आनंद । मोक्षात असे मुक्तपण ॥
मोक्षात असे अविनाशपण । मोक्षात असे संपूर्णपण ।
मोक्षात असे एकमेवपण । मोक्षात तुरीयेचा अनुभव ॥
अतींद्रिय आहे आत्मा । स्वसंवेद्य आहे आत्मा ।
स्वयंप्रकाशी आहे आत्मा । आत्मा असे वेगळा ॥

स्पष्टीकरण : मोक्ष जोडणे म्हणजे काय, तर मोक्ष प्राप्त होणे. एक अशी अवस्था, जिथे जन्म आणि मृत्यूचे बंधन तुटते. यालाच विमोक्ष, विमुक्ती किंवा मुक्तीही म्हणतात. भारतीय 'दर्शने' असे सांगतात की अज्ञानामुळे, जीव वारंवार जन्म घेतो आणि मरतो. या जन्म-मृत्यूच्या बंधनातून मुक्त होण्यालाच मोक्ष म्हणतात. एकदा मोक्ष मिळाल्यावर, पुन्हा या मृत्यू लोकात जन्म घेण्याची आवश्यकता जिवाला नसते. प्रत्येक माणसाला आपण मेल्यानंतर, आपल्याला मोक्ष मिळावा असे वाटते. नेहमीच्या आत्यंतिक दुःखातून निवृत्ती म्हणजे मोक्ष होय. मोक्षात अनंतत्व असते. तर बंधनात मर्यादा, बांधलेपण असते. बंधनात नाश असतो, बंधनात पूर्णता नसते, बंधनात मर्यादा असतात. मोक्षाचा अनुभव वेगळा असतो. मोक्षात तुरीयेच्या पलीकडचा अनुभव असतो. तोही विरून जातो. बंधनात सगळ्याला चौकट असते. बंधनात इतरांचेही ज्ञान होते, तर मोक्षात स्वतःचे स्वरूप कळते, स्वतःचे ज्ञान होते. स्थूल आणि सूक्ष्म वस्तू दृश्यात असतात. इंद्रियाद्वारे त्यांचे ज्ञान होते. आत्मवस्तूचे ज्ञान होण्यास तिच्याशी एकरूप व्हावे लागते, अद्वैतभाव असावा लागतो.

जशा आत्मवस्तू तशा अनात्मवस्तू. याचे ज्ञान मन, बुद्धी आणि इंद्रिये करून देतात. आत्मवस्तूचे क्षेत्र अनात्मवस्तूच्या पलीकडील आहे. इंद्रिये आत्मा पाहू शकत नाहीत. कारण इंद्रियांना दृश्य वस्तू दिसतात. आत्मा अमूर्त आहे, निराकार आहे. आत्म्याला मन आणि बुद्धी पाहू शकत नाहीत, कारण तो स्वसंवेद्य आहे. मन आणि बुद्धी जड आहेत. आत्मवस्तूंचे ज्ञान करून देण्यासाठी ज्ञानसाधने लागतात. तरी त्यांना आत्मा दिसेलच असे नाही.

। आत्मबोध ।

बंधनात असे अल्पज्ञान । बंधनात असे अल्पजीवन ।
बंधनात असे अल्प आनंद । बंधनात हव्यास असे ॥
बंधनात नाशवंतपणा । बंधनात अपूर्णता ।

मोक्षात असे अनंतज्ञान । मोक्षात असे अनंतजीवन ।
मोक्षात असे अविनाशीपण । मोक्षात असे संपूर्णपण ।
अतींद्रिय आहे आत्मा । स्वसंवेद्य आहे आत्मा ।
स्वयंप्रकाशी आहे आत्मा । आत्मा असे वेगळा ॥

ओवी १८

आपुलियां डोळां जें देखिलें । तें पंचभूतांमध्यें आलें ।
ऐसें जाणोनी दृढ धरीलें । ते नाडले प्राणी ॥१८॥

अर्थ : जे जे आपल्या डोळ्यांना दिसते, ते ते सारे दृश्य म्हणजे पंचमहाभूतात येते. त्या पंचमहाभूतात्मक दृश्याला जे घट्ट धरून बसतात, ते फसतात.

स्पष्टीकरण : सामान्य माणूस आत्मा, परमात्मा, आत्मस्वरूप या प्रदेशात पोहोचू शकत नाही. जे दिसते ते असते, असे तो मानतो. जे दिसत नाही ते जाणण्याच्या पलीकडे असते. यात प्रामुख्याने येतो तो आत्मा. समर्थांना असे वाटते, की आत्मा दिसत नाही, म्हणून तो नाही, असे मानणे बरोबर नाही. कान, नाक, डोळे, जीभ, त्वचा ही पंचेंद्रिये आहेत. ही पंचमहाभूतातून निर्माण झाली आहेत. ती नाशवंत आहेत. डोळ्यांना जे दिसते ते दृश्य. हे पंचमहाभूतातून निर्माण झालेले असते. आत्मा हा त्या पलीकडचा आहे. पंचमहाभूतांना ओलांडून पलीकडे जायला हवे. मगच आत्मदर्शन होईल. मात्र जर आपण पंचमहाभूतांनी निर्माण केलेल्या दृश्यालाच कवटाळून बसलो, तेच फक्त खरे आहे, असे मानले तर खऱ्या आत्मस्वरूपाला आपण मुकणार हे नक्की.

। आत्मबोध ।

डोळ्यांना दिसते ते सत्य । जे न दिसे ते असत्य ।
असे मानणे ते मिथ्य । समजावे ॥
पंचमहाभूतांपलीकडे जे जे । ते ते पाहण्या हवी ज्ञानदृष्टी ।
त्यासाठी ओलांडावी इंद्रिय मर्यादा । मगच होई आत्मदर्शन ॥
नये बसू कवटाळून । पंचमहाभूतांचे निर्माण ।
तितुकेच सत्य मानले । तर मुकणार आत्मस्वरूपाला ॥

ओवी १९

जो पंचभूतांचा दास । तयास मायेंमध्यें वास ।
भोगी नीच नव्या सावकास । पुनरावृत्ती ॥१९॥

अर्थ : जो दृश्याचा ताबेदार असतो, त्याला मायेच्या राज्यात राहावे लागते. तेथे त्याला संथपणे नित्य नवे नवे जन्म घेणे भोगावे लागते.

स्पष्टीकरण : पंचमहाभूते ही दृश्य आहेत. जे दृश्य आहे ते मायेनेच निर्माण केले आहे. ते नाशवंत आहे. जीव हा या दृश्यात रमतो. कधीकधी तो यात इतका गुंततो, की त्याचा दास होतो, गुलाम होतो. त्यातच सुख आहे, असे मानतो. या विचारातच राहतो. त्याला वाटते की, या पंचमहाभूतांनी निर्मिलेली दृश्ये मला सुख देतील. याच भावनेने तो दृश्याला चिकटतो. हे चिकटणे म्हणजेच मनात निर्माण होणारी वासना होय. वासना हे मायेचेच रूप आहे. वासना तृप्त व्हावी, असे त्याला वाटत राहते. या पूर्ततेसाठी तो धडपडतो. दृश्यातून ओढ, ओढ निर्माण करणारी वासना, तिच्या पूर्ततेची धडपड, पूर्तता झाली तरी पुन्हा निर्माण होणारी वासना, असे काळचक्र सुरू राहते.

खरे सुख कशात आहे, हे विसरण्याने क्षणिक सुखाला जीव चिरसुख मानू लागतो. हे सुख दृश्यात असते, असे त्याला वाटते. मात्र ते आत्म्यापाशी आहे, हे आत्मविस्मृतीमुळे त्याच्या लक्षात येत नाही.

। आत्मबोध ।

दृश्य निर्माण करते माया । या दृश्यात रमावया ।
गुंतून जातो जीव लीलया । दृश्याचा होई गुलाम ॥
विसरतो खऱ्या सुखाचे निधान । क्षणिक सुखाला देतो मान ।
मनात होय वासना निर्माण । तिच्या तृप्तीसाठी धडपडे ॥

ओवी २०

तों शिष्यें विनंती केली । म्हणे आशंका उद्भवली ।
पंचमहाभूतांची सेंवा केली । बहुतेकीं ॥२०॥

अर्थ : स्वामींचे म्हणणे ऐकून शिष्याच्या मनात एक शंका निर्माण झाली. तो आर्जवाने स्वामींना म्हणाला, ''बहुतेकांनी पंचमहाभूतांचीच सेवा केलेली आहे.''

स्पष्टीकरण : समर्थ रामदास शिष्याला परमार्थ मार्ग सांगत आहेत. शिष्याने कसा विचार करावा, मायेच्या वेढ्यातून कसे बाहेर पडावे याविषयी सांगत आहेत. तरी शिष्याच्या मनात शंका निर्माण होत आहेतच. तो शिष्य पुन्हा पुन्हा त्याच्या शंका दूर करण्याची नम्रपणे विनंती करत आहे. अजूनही तो पंचमहाभूतांच्या विचारातच अडकलेला आहे. म्हणून शिष्याला वाटते, की बहुतेक शिष्यांनी या पंचमहाभूताचीच सेवा केली आहे.

। आत्मबोध ।

मनात शंका आली । शिष्याने विनंती केली ।
बहुतेक करती सेवा । पंचमहाभूतांची सेवा ।
मग काय मार्ग घ्यावा । शिष्य विचारी ॥

ओवी २१

सकळ सृष्टीमध्ये जन । साधुसंत आणि सज्जन ।
करिती भूतांचे भजन । धातू पाषाण मूर्ती ॥२१॥

अर्थ : विश्वात आजूबाजूला सामान्य माणसे, साधू, संत आणि महानुभाव, पंचभूतात्मक अशा धातूंच्या किंवा पाषाणांच्या मूर्तींची सेवा व उपासना करतात.

स्पष्टीकरण : सद्गुरूंना शंका पुन्हा विचारताना, शिष्य त्याचे निरीक्षण मांडतो. शिष्य पाहतो की, सामान्य माणसे, साधू, संत, महानुभाव हे मूर्तींची पूजा

करतात, सेवा करतात, उपासना करतात. मूर्तीत ईश्वर आहे अशीच त्यांची धारणा असते. म्हणजे मायेतच ते गुंतलेले असतात. परमार्थ मार्गाकडे त्यांची वाटचाल सुरू झालेली नसते, असा याचा अर्थ होतो का, असा प्रश्न शिष्याला पडतो. जर तुम्ही सांगता की विनाशी, संपणाऱ्या गोष्टीतून बाहेर पडा, मीपणाचा त्याग करा. तर हे सर्व पुन्हा नाशवंत मूर्तीचीच सेवा का करतात, उपासना का करतात, अशी शंकाही त्याच्या मनात निर्माण होतो.

। आत्मबोध ।

जगातले अवघ जन । करिती सेवा पाषाण ।
मग यांचे काय मन । जाणावे मी ॥

ओवी २२

जे कोणी नित्यमुक्त जालें । तेही धातूपूजन केलें ।
तरी ते पुनरावृत्ती पावले । किंवा नाहीं ॥२२॥

अर्थ : जे अवतारी संत झाले. त्यांनीदेखील धातूच्या मूर्तीचे पूजन केले. तर मग या सर्वांना जन्ममरणाच्या चक्रात अडकावे लागले काय?

स्पष्टीकरण : अवतीभवतीचे जग पंचमहाभूतात्मक आहे. नाशवंत आहे. जन्ममरणाच्या फेऱ्यात आपण अडकतो. कारण आपण जे माझ्या अवतीभवती आहे त्या दृश्यात सापडतो. तेच आपण खरे मानतो. यातून बाहेर पडले पाहिजे. हे स्वामी वारंवार प्रतिपादन करतात. पंचमहाभूतात्मक जगातून बाहेर पडले तरच आत्मस्वरूप दर्शन होते, हेही पुन्हा पुन्हा सांगतात.

तरीही शिष्याच्या मनात पुन्हा शंका निर्माण होते. कारण शिष्य सामान्य पातळीवर आहे. ईश्वर म्हटले की सामान्य माणूस मूर्तीची पूजा करतो. त्या मूर्तीत ईश्वर आहे, अशी त्याची धारणा असते. या मूर्ती धातू, दगड याच्या असतात. एवढेच नाही तर साधुसंतही मूर्तीची पूजा करतात. पंढरपुरातही विठ्ठलाच्या मूर्तीची पूजा करतातच ना! या नाशवंत आहेतच. दृश्य आहेत, म्हणजे माया आहे. या विश्वातून बाहेर पडल्याशिवाय परमार्थ मार्ग सापडणार नाही, हे जर खरे असेल, तर

सामान्य माणसांची गोष्ट एकवेळ आपण बाजूला ठेवू पण संतांनाही जन्ममरणाच्या फेऱ्यात अडकावे लागते काय? या शंकेने शिष्य हैराण झाला आहे.

। आत्मबोध ।

जन्ममरणाच्या फेऱ्यात अडकतो आपण ।
अवतीभवतीचे वातावरण असे यास कारण ।
यातून पडले पाहिजे बाहेर । असे सांगती स्वामी वारंवार ॥

ओवी २३

ऐसा शिष्याचा अंतर्भाव । जाणोनि आनंदला गुरुराव ।
म्हणे सीघ्रचि हा अनुभव । पावेल आता ॥२३॥

अर्थ : स्वामींनी शिष्याच्या मनातील भाव ओळखला आणि त्यांना खूप आनंद झाला. ते स्वतःशीच म्हणाले, ''याला आता लवकरच स्वस्वरूपाचा अनुभव येईल...''

स्पष्टीकरण : शिष्याच्या मनात खूप शंका आहेत. गुरूंना हे माहीत आहे की, शिष्याला काय शंका आहेत. शिष्याच्या मनात कोणता भाव आहे, शिष्याची अवस्था काय आहे, हेही गुरूंना माहीत आहे. शिष्याच्या मनातला नेमका भाव ओळखून, गुरूंच्या मनात शिष्याबद्दल चांगले विचार येतात. गुरूंना आनंद झाला आहे. गुरू स्वतःलाच म्हणतात की, ज्या अर्थी शिष्याला प्रश्न पडले आहेत, शंका आहेत, त्या अर्थी शिष्याला परमार्थ मार्गाकडे जायचे आहे. त्याला आता स्वस्वरूपाचा अनुभव येणार आहे.

गुरूशिष्यांत संवाद सुरू आहे. श्रवणाचे महत्त्व, श्रवणाचे चिंतन करण्याचे महत्त्व, मीपणा सोडून देणे, दृश्यात न अडकणे, आत्मस्वरूप शोधायचे कसे याविषयी विवेचन गुरूंनी केले आहे. शिष्यही तेवढेच मार्मिक प्रश्न विचारत आहे. याचा अर्थ शिष्य आत्मस्वरूप शोधण्याच्या जवळ आला आहे. याची कल्पना गुरूंना आली आहे आणि गुरूची खात्री पटली आहे की, शिष्य आता स्वस्वरूपाचा अनुभव घेईलच.

। आत्मबोध ।

गुरूंचे विवेचन । शिष्याने ऐकून ।
विचारले प्रश्न । गुरूंना ॥
भाव मनातील । गुरूंनी ओळखले ।
आनंदित झाले । गुरुमन ॥
आत्मस्वरूपा निकट । शिष्य आला आहे ।
लवकरी स्वस्वरूपाचा । अनुभव त्याला येणार आहे ॥

ओवी २४

ऐसें विचारूनिया मनीं । कृपादृष्टीं न्याहाळूनी ।
शिष्याप्रती सुवचनी । स्वामी बोलते जालें ॥२४॥

अर्थ : स्वामींनी मनात असा विचार केला व शिष्याकडे अतिशय प्रेमळ नजरेने नीट बघितले. नंतर मोठ्या गोड वाणीने ते बोलू लागले.

स्पष्टीकरण : श्रीसमर्थ रामदास इथे शिष्याबद्दल वेगळा विचार करतात. त्यांच्या मनात शिष्याबद्दलचे प्रेम उफाळून येते. म्हणूनच ते शिष्याकडे प्रेमाने नीट बघतात. आपले ज्ञान शिष्याच्या अंतःकरणापर्यंत पोहोचवण्यासाठी गुरू प्रेमळ शब्द, प्रेमळ दृष्टी आणि प्रेमळ स्पर्श यांचा उपयोग करतात. यामुळे शिष्याला आधार वाटतो, मार्ग सापडतो, आत्मविश्वास वाटतो. इथे आपल्या शिष्यासाठी समर्थ प्रेमळ शब्द आणि प्रेमळ दृष्टी यांचा उल्लेख करतात.

। आत्मबोध ।

शिष्याप्रती प्रेम । प्रकट होई गुरूकडून ।
गोड वाणीतून । समर्थ बोलती ॥

ओवी २५

प्राणी देह सोडून जाती । परी वासनात्मक शरिरें उरती ।
तेणे पुनरावृत्ती भोगिती । वासना उरलिया ॥२५॥

अर्थ : प्राण्यांचा जीव स्थूल देह सोडून जातो. पण तो सूक्ष्म देहाने जिवंत असतो. त्याच्या वासना उरलेल्या असतात. त्यामुळे त्याला पुन्हापुन्हा जन्म घ्यावे लागतात.

स्पष्टीकरण : माणूस म्हटले की त्याचे शरीर आले. हे शरीर म्हणजे स्थूल देह. माणूस शरीररूपाने दिसतो, त्याचे असणे कळते. पण हा झाला दर्शनी भाग. माणसाचे खरे अस्तित्व असते ते अंतर्मनात, सूक्ष्म देहात. या सूक्ष्म देहात वासना असतात. शरीर सुखाची, भौतिक सुखाची इच्छा निर्माण होणे म्हणजे वासना. सूक्ष्म देह स्थूल देहाचा आधार असतो. वासना निर्माण झाल्या, की त्या तृप्ततेसाठी धडपड होऊ लागते. सूक्ष्मातून स्थूल देहात त्या निर्माण होतात. अर्थात निर्माण होणारी प्रत्येक वासना तृप्त होत नाही आणि नवीन वासना निर्माण होतात. माणसाचे मन, भावना या वासनेमुळे जणू काही टवटवीत असतात. कधीकधी हा स्थूल देह सोडून जातो. पण सूक्ष्म देहाने तो जिवंत असतो. उरलेल्या वासना तृप्ततेसाठी, या जिवाला पुन्हा पुन्हा जन्म घ्यावा लागतो. त्या वासना शमविण्यासाठी माणूस धडपड करतो. एखादी वासना शमत नाही तेव्हा जणू स्थूल देह पराभूत होतो, मृत्यू पावल्यासारखी अवस्था होते. नव्या वासना जाग्या होतात आणि पुन्हा देह जन्म जीवन घेतो.

। आत्मबोध ।

जातो स्थूल देह सोडून । परी उरतो सूक्ष्म देहातून ।
वासना तृप्तीसाठी । पुन्हा पुन्हा जन्म घेऊन ॥

ओवी २६

मूळ वा स्थूल देहाचें । लिंग देह वासनात्मक साचें ।
राहाणें तया लिंग देहाचे । अज्ञान देहीं ॥२६॥

अर्थ : वासनेचा बनलेला लिंग देह अथवा सूक्ष्म देह हा खरोखर या स्थूल देहाचे मूळ आहे. सूक्ष्म देहाचे राहणे अज्ञानदेहात असते.

स्पष्टीकरण : स्थूल देहाचे मूळ काय आहे, तर लिंग देह होय. लिंग देह म्हणजे सूक्ष्म वासनात्मक देह. देह हा दोन प्रकारच्या लिंगांनी तयार झालेला असतो. एक स्त्रीलिंग आणि दुसरे पुल्लिंग. याचा स्थूल देह असतो. दोन्ही प्रकारच्या देहांत वासना असतात. या वासनांच्या पूर्ततेसाठी शरीरसुख-शरीरभोग घेतला जातो. या वासना शमतच नाही. एकानंतर दुसरी, अशा सतत वासना निर्माण होत राहतात. या सूक्ष्म देहात निर्माण होतात आणि स्थूल देहातून व्यक्त होतात. ज्या वासना तृप्त होण्यासाठी असतात, त्या सूक्ष्म देहात प्रकट होतात आणि स्थूल देहातून साकार होतात. राहिलेल्या इतर वासना बीजरूपाने सूक्ष्म देहापलीकडे जो अतिसूक्ष्म देह असतो, त्यात सुप्त रूपात असतात. हा देह अज्ञानमय आहे. माणसाला आत्मविस्मृती होते. तिचे मूळ यात आहे. आत्मविस्मृती झाल्याने भोग-वासना यांकडे त्याचे आकर्षण अधिक असते.

। आत्मबोध ।

लिंगदेह बनला वासनेने । तो स्थूल देहाचे मूळ ।
राहती उरल्या वासना बीजरूपाने । हा देह अज्ञानमय ॥

ओवी २७

कारण देह तोचि अज्ञान । आणि तो मी आत्मा ऐसें ज्ञान ।
तया नांव महाकारण । देह बोलिजे ॥२७॥

अर्थ : कारण देह म्हणजे अज्ञान. तो आत्मा मीच आहे, असे जे ज्ञान आहे, तो महाकारण देह समजावा.

स्पष्टीकरण : अज्ञान आणि ज्ञान दोन्ही सापेक्ष आहेत. अज्ञानाच्या कक्षेत तीन देह येतात. ते म्हणजे स्थूल, सूक्ष्म आणि कारण. यात आत्मविस्मृती असते. पण ज्ञानाच्या कक्षेत महाकारण देह येतो. आत्मस्मृती हे त्याचे लक्षण. अज्ञान आणि ज्ञान दोन्हीत फरक आहे. एकात आत्मविस्मृती आहे आणि एकात आत्मस्मृती आहे. अज्ञानात मी आणि तो असे द्वैत असते, तर ज्ञानात मी तोच ही भावना म्हणजे अद्वैत असते. मी देह आहे, ही भावना अज्ञानात असते. त्या भावनेच्या पार्श्वभूमीवर सर्व वृत्ती येतात आणि जातात. ज्ञानात मात्र मी आत्मा आहे, हीच भावना असते. त्या भावनेच्या पार्श्वभूमीवर एकच वृत्ती अखंड राहते. याला 'अखंडार्थथी' म्हणतात.

। आत्मबोध ।

ज्ञान अज्ञान सापेक्ष असती । ज्ञानात असते आत्मस्मृती ।
अज्ञानात असते आत्मविस्मृती । अद्वैत आणि द्वैत भाव वसती ॥
मी देह आहे अज्ञानात । मी आत्मा आहे ज्ञानात ।
एकच वृत्ती या भावनेनं । याला अखंडार्थथी म्हणती ॥

ओवी २८

तरी मनाचा थारा तुटला । म्हणजें भवसिंधु आटला ।
प्राणी निश्चितार्थे सुटला । पुनरावृत्ती पासुनी ॥२८॥

अर्थ : अखेर मनाचा आधार जर नाहीसा झाला, तर दृश्याचा हा अफाट पसाराच मुळी अंतर्धान पावतो. तो अंतर्धान पावला, की माणूस अगदी खात्रीने जन्ममरणाच्या फेऱ्यातून सुटला, असे समजावे.

स्पष्टीकरण : जागृती, स्वप्न आणि गाढ निद्रा, या अज्ञानाच्या अवस्था आहेत. त्यांचा अंमल कारणदेहापर्यंत चालतो. मन तेथे वृत्तीरूपाने असते. यांना आधार असतो दृश्याचा. हा आधारच नष्ट झाला, तर दृश्याचा हा अफाट पसारा नष्ट होतो. तुरीया अवस्था ही ज्ञानाची अवस्था आहे. ही एक अनुभवाची अवस्था आहे. यात मन आणि मेंदूत काहीच घडत नाही. ध्यानाची ही चौथी अवस्था आहे.

या आधीच्या तीन अवस्थांमध्ये इंद्रियांद्वारे अनुभवली गेलेली गोष्ट, कल्पनेने केलेली गोष्ट आणि शून्य अनुभवले जाते. जेव्हा आपण जागे असतो तेव्हा जे दिसते ते आणि जी कल्पना आपण करतो, ते आपल्या मनात सुरू असते. जेव्हा आपण स्वप्नात असतो, तेव्हा कल्पना, आठवणी, अशा गोष्टी आपण झोपेत असताना होतात.

तिसऱ्या अवस्थेत कोणतीच कल्पना आपण करत नाही. आपण गाढ झोपेत असतो. शंकराचार्य अद्वैतवादी विचारसरणीचे जनक होत. अद्वैतवादी म्हणजे जो असे मानतो, की जगामध्ये केवळ एकच सत्य आहे. ज्याला ब्रह्म असे म्हणतात. अद्वैतवादी असे मानतात, की ब्रह्म सत्य आहे. जग मिथ्या आहे. परंतु अज्ञानामुळे जीवाला ब्रह्माचा साक्षात्कार होत नाही. अद्वैतवादाचा 'अहं ब्रह्मासि' म्हणजे मी ब्रह्म आहे, असा सिद्धान्त आहे. त्याच्या मते चौथ्या अवस्थेचा अर्थ 'आत्मिक अनुभूती' हा आहे. जी एकदम शून्य आहे. एवढे शून्य की, आपण याला अनुभूतीही म्हणत नाही.

वेदात वाणीचे चार भेद केले आहेत : परा, पश्यन्ती, वैखरी, मध्यमा. वैखरीला 'तुरीया' म्हटले गेले आहे. ही चौथी अवस्था म्हणजे मोक्ष. ज्यात सगळा भेदाभेद नष्ट

होतो आणि आत्मा चैतन्यरूप, ब्रह्म चैतन्यरूप होते. त्यामुळे या अवस्थेत आत्माही वृत्ती असल्याने, मनाचे शुद्ध व विश्वव्यापी रूप हजर असते. या तुरीया अवस्थेत आत्मस्वरूपाची जाणीव असते, तसेच विश्वाची विश्वव्यापीपणाने जाणीव असते. याला उन्मनी अवस्था म्हणतात. जिथे मी उरत नाही. स्थल, काल, वस्तू जेथे विलीन होतात, तेथे जन्ममरणाचा फेराही उरत नाही.

। आत्मबोध ।

मनाचा तुटता आधार । दृश्याचा पसारा पावे अंतर्धान ।
फेरा तुटे जन्ममरणाचा । असे समजावे ॥

ओवी २९

हेंचि जाण भक्तीचें फळ । जेणें तुटे संसारमूळ ।
निःसंग आणि निर्मळ । आत्मा होईजे स्वयें ॥२९॥

अर्थ : जेव्हा भक्त ध्यानाच्या चौथ्या अवस्थेत जातो, जेव्हा त्याच्या मनाची अवस्था शांत होऊन कोणताच विचार मनात राहात नाही, जेव्हा भक्त ज्ञानाचा अनुभव घेण्याच्या स्थितीत पोहोचतो, जेव्हा भक्त सांसारिक बंधनातून मुक्त होतो, अशा वेळेस त्याला मिळालेले हे भक्तीचे फळ असते.

भक्तीने संसाराचे मूळ जे अज्ञान, तें नाहींसे होते. अज्ञान नाहीसे झाले, की सर्व बंधनरहित व मायामलरहित असे आत्मस्वरूप आपणच आहोत, असा साक्षात्कार होतो.

स्पष्टीकरण : भक्ती म्हणजे ईश्वरावरील परम प्रेम. आत्तापर्यंत न केलेला भक्तीचा उल्लेख, इथे समर्थ रामदास करतात. जिवाला आत्मविस्मृती होते तेव्हा, आत्मस्मृती ठेवण्यासाठी अभ्यास करावा लागतो. परमेश्वराला 'मी तुझा आहे' असे सांगता सांगता 'मी तूच आहे' ही तदाकार वृत्ती धारण करावी लागते. भक्ताच्या मनात आत्मस्वरूप हेच ईश्वररूप असते. भक्ताला ईश्वरात संपूर्णपणे सामावून जावे लागते. ईश्वराचे स्मरण अंतःकरणात रुजवावे लागते. यातून ईश्वरचरणी समर्पण होते. भक्तीचा हा विशेष आहे. मी ब्रह्म आहे, हा आत्मज्ञानी पुरुषाचा अनुभव

असतो. भक्त आणि ईश्वर जसे, तसे जीव-शिव तदाकार होतात. भक्तीही ज्ञानाची आई आहे.

। आत्मबोध ।

भक्तीचे फळ असे तुरीया । एकदम शून्य आत्मिक अनुभूती ।
भक्तीने होई नाहीसे अज्ञान । तेव्हा आत्मस्वरूपाचा होई साक्षात्कार ॥
'मी तुझा आहे' असे सांगता । 'मी तूच आहे' ही धारण करावी वृत्ती ।
ईश्वराचे स्मरण अंतःकरणी रुजवावे । ईश्वरचरणी समर्पित व्हावे ।
'मी ब्रह्म आहे' हे अनुभवणे । हा भक्तीचा असे विशेष ॥

ओवी ३०

संगातीत म्हणजे मोक्ष । तेथें कैचें देखणें लक्ष ।
लक्ष आणि अलक्ष । या दोहींस ठाव नाहीं ॥३०॥

अर्थ : मोक्ष म्हणजे संपूर्ण आसक्तीरहित होणे. एकदा का आसक्ती पूर्णपणे सुटली, की लक्ष द्यायला लक्षच उरत नाही. लक्ष गेले, की अलक्ष जाते. मग दोहोंना अवकाश उरत नाही.

स्पष्टीकरण : प्रत्येक दृश्य गोष्टीत आपला जीव अडकतो. तो दृश्याला मनाने चिकटतो. ही आसक्ती होय. देहबुद्धी ही सगळ्या आसक्तीचे मूळ आहे. त्यामुळे जेव्हा आसक्तीरहित व्हायचे असते, तेव्हा मीपणा क्षीण होत जातो. दृश्य नष्ट होऊ लागते. मग राहते काय, तर शुद्ध आत्मस्वरूप. जोपर्यंत 'मी' असतो तोपर्यंत या 'मी'ला गुंतवणारे काहीतरी असते. जिथे लक्ष पोहोचत नाही असे अलक्ष म्हणजे आत्मस्वरूप होय. आत्मस्वरूप जेव्हा सापडते, तेव्हा मी जातो. लक्ष गेले की, अलक्षही नष्ट होते.

। आत्मबोध ।

जीव गुंततो दृश्यात । तीच आसक्ती असे ।
दृश्य नष्ट होई । राही शुद्ध आत्मस्वरूप ।
आत्मस्वरूप सापडे तेव्हा । मीपण जाई ॥

ओवी ३१

**आत्मा म्हणोनी देखणीयास मिठी । घालूं जातां मोक्षाची तुटी ।
म्हणोनिया उठाउठी । आत्मनिवेदन करावे ॥३१॥**

अर्थ : दृश्य हाच आत्मा आहे, असे समजून दृश्याला कवटाळले, तर हाती आलेला मोक्षही जातो. म्हणून ताबडतोब आत्मसमर्पण करावे.

स्पष्टीकरण : वेगवेगळ्या इंद्रियांमुळे आपल्याला स्थूल, दृश्य वस्तू दिसतात. दृश्य स्थूल असते, सूक्ष्मही असते. सूक्ष्म दृश्य वस्तू मनाने पाहाव्या लागतात. दृश्य वस्तू स्थूल असो वा सूक्ष्म, त्या पाहणारा 'मी' असतो. हा 'मी' दृश्य असावा लागतो. पाहणारा मी जेव्हा जाणीवपूर्वक पाहतो, तेव्हा तो द्रष्टा असतो. दृश्य व्यवहार जेथे चालतो तेथे संग, संबंध, आसक्ती, लक्ष इत्यादी गोष्टी याव्याच लागतात. इथे द्वैत असते. जिथे द्वैत असते, तिथे मोक्ष नसतो. कारण तोच आत्मा आहे, असे समजले जाते. माणूस दृश्याला कवटाळतो. अशाने मोक्ष निसटून जातो. 'मी'पणा असला की द्वैत आलेच. म्हणून हा 'मी'पणाच नाहीसा करायला हवा. अर्थात असे म्हटल्याने तो नाहीसा होत नाही. त्यासाठी आत्मसमर्पण हाच एक मार्ग आहे, असे समर्थ सांगतात.

। आत्मबोध ।

दृश्य हाच आत्मा मानून । दृश्याला बसता कवटाळून ।
जाई मोक्ष हातातून निसटून । मोक्षप्राप्तीसाठी करावे आत्मसमर्पण ॥

ओवी ३२

**प्राप्त जालें अद्वैतज्ञान । अभिन्नपणें जें विज्ञान ।
तेंचि जाण आत्मनिवेदन । जेथें मी-तूंपण नाही ॥३२॥**

अर्थ : 'अहं ब्रह्मास्मि', 'सोऽहं' म्हणजे मी तेच आत्मस्वरूप आहे, याची प्रचीती येणे. याच प्रचीतीला अद्वैत ज्ञान म्हणतात. त्याच्या पुढे मी व ते स्वरूप असा

भेदही उरत नाही. या अभिन्नतेला विज्ञान म्हणतात. जेथें मी आणि तू उरत नाही, त्यास आत्मनिवेदन किंवा आत्मसमर्पण म्हणतात.

स्पष्टीकरण : द्वैत ज्ञान आणि अद्वैत ज्ञान यात फरक आहे. हा फरक इंद्रियगोचर आणि इंद्रियातीत असा आहे. स्थूल आणि सूक्ष्म असा आहे. द्वैत तत्त्वज्ञानात दृश्य हे इंद्रियगोचर असते. मी हा दृश्यात असतो. अद्वैत तत्त्वज्ञानात नेमके उलट असते. 'मी' स्वस्वरूप असतो. तो इंद्रियात नसतो, म्हणजे इंद्रियगोचर नसतो. अद्वैतात मी आणि तू वेगळे नसतात. मी तूच असतो. यामध्ये सूक्ष्म भिन्नपण असते, तेही नाहीसे होते. मग जे उरते ते विज्ञान असते. म्हणजेच दृष्टा मी संपूर्ण विसर्जन पावतो. कोणताही भेद उरत नाही. अशी अवस्था असते, तेव्हा त्याला आत्मसमर्पण म्हणतात.

। आत्मबोध ।

अहं ब्रह्मस्मि असे । 'मी'चे आत्मस्वरूप ।
याच प्रचीतीला म्हणतसे । अद्वैतज्ञान ॥
मीते स्वरूप न उरे भेद । या अभिन्नतेला म्हणती विज्ञान ।
जेथे मी ते नुरे भेद । त्यास म्हणती आत्मनिवेदन ॥

ओवी ३३

ऐसी स्थिती जया पुरुषाची । तया पुनरावृत्ती कैची ।
जाणोंनि भक्ति केली, दासाची । आवडी देवास अत्यंत ॥३३॥

अर्थ : ज्या पुरुषाला ही आत्मनिवेदनाची स्थिती लाभते, त्याला पुनः जन्मास येणे नसते. अशी ज्ञानमय भक्ति जो करतो, तो देवाचा अत्यंत आवडता असतो.

स्पष्टीकरण : संपूर्ण आत्मनिवेदन अवस्था ज्याला प्राप्त होते, त्याला मोक्ष मिळतो. तो मोक्षस्थितीस जातो. दृष्टा मी जेव्हा संपूर्ण विसर्जन पावतो, तेव्हा कोणताही भेद उरत नाही. अशी अवस्था आत्मनिवेदनाची असते. जीव अशा अवस्थेस पोहोचला की त्याला पुन्हा या जन्ममरणाच्या चक्रात अडकावे लागत नाही. या अवस्थेत मी-तू पण उरत नाही. स्थलकालाचा संबंध नाही. आसक्ती

नाही. हा ज्ञानी भक्त असतो. तो ईश्वराचा लाडका असतो. ईश्वराची भक्ती करणारे दोन प्रकारचे असतात. एक अज्ञानी भक्त आणि एक ज्ञानी भक्त. अज्ञानी भक्ताचा ईश्वर मूर्तीरूप सगुण-साकाररूप असतो. तो दृश्य असतो. दुसऱ्या प्रकारात ईश्वराला भक्तांची आवड निर्माण होते. हा भक्त ईश्वराच्या सगुण मूर्तीची उपासना करत असला, तरी त्याने आत्मनिवेदन केलेले असते. ही भक्ती निर्दोष असते.

। आत्मबोध ।

आत्मनिवेदन अवस्था प्राप्त होई ज्यास ।
मिळे मोक्ष त्यास हमखास ।
जन्ममरणाच्या चक्रात अडकणे नाही त्यास ।
जो आवडे खूप देवास ॥

ओवी ३४

पूर्वी दास्यत्व होतें केलें । त्याचें स्वामीत्व प्राप्त जालें ।
आणि तयाचें महत्त्व रक्षिलें । तरी थोर उपकार कीं ॥३४॥

अर्थ : आरंभी सगुण मूर्तीची दास्यभावाने भक्ती केली. ती सुफलीत झाली. भक्त स्वतः स्वामी बनला, म्हणजे ईश्वरस्वरूप झाला. त्या सगुण मूर्तीच्या भक्तीचे महत्त्व कायम ठेवले, तर जगावर मोठे उपकार होतात.

स्पष्टीकरण : दास भावाने केलेली भक्ती आणि दास्य भावाने केलेली भक्ती. साधन भक्ती आणि साध्य भक्ती यात फरक आहे. भक्त देहबुद्धीत असतो. त्याच्या ठिकाणी 'मी'पणा असतो. अशा भक्ताने केलेली भक्तीही दास भावाने केलेली भक्ती असते. तो सगुण मूर्तीची पूजाअर्चा करतो. त्या मूर्तीतल्या ईश्वराचा दास म्हणून वावरतो. हळूहळू त्याची देहबुद्धी क्षीण होऊ लागते. 'मी'पणा विसरू लागतो. संपूर्ण आत्मनिवेदन त्याला साधते. ईश्वराशी तो एकरूप होतो. त्याचा दासपणा जातो आणि त्याला स्वामीपणा प्राप्त होतो. सगुण मूर्तीच्या उपासनेपलीकडे तो जातो. पण सर्वसामान्य लोकांसाठी जर त्याने सगुण उपासना, मूर्ती उपासना चालू ठेवली तर फायदाच होतो. सामान्य माणसाला

सगुण भक्ती समजते. म्हणून या 'स्वामीपणा' प्राप्त झालेल्या भक्ताने जर सगुण साकार ईश्वररूपाची भक्ती केली, त्याचे महत्त्व कायम ठेवले, तर ते लोकांवर उपकार करण्यासारखे आहे.

। आत्मबोध ।

भक्तीचे असती प्रकार दोन । दास भाव आणि दास्य भाव ।
जेव्हा साधते संपूर्ण आत्मनिवेदन । स्वामीभाव प्राप्त होई ॥
सगुण मूर्तींची भक्ती । करी जरी दास्य भक्त ।
लोकावर होती उपकार । अशा भक्ताचे ॥

ओवी ३५

आता असों हें बोलणें । नाशवंताचा विचार घेणें ।
आणि मजपाशी सांगणें । अनुभव आपुला ॥३५॥

अर्थ : आता हे बोलणे असू द्यावे. जे नाशवंत आहे, त्याबद्दल पूर्ण विचार करावा आणि मग जी प्रचीती येईल, ती मला निवेदन करावी.

स्पष्टीकरण : माणूस हा बुद्धिमान प्राणी आहे. तसेच तो विचारशीलही आहे. विचारानेच जे नाशवंत आहे, त्याबद्दल पूर्ण विचार करता येतो. दृश्याचा निरास करून, आत्मस्वरूपापाशी जाण्याचा मार्ग सापडतो. यातून त्याला जो अनुभव येईल, तो स्वरूपाची प्रचीती असेल.

। आत्मबोध ।

जे जे नाशवंत । ते ते करावे विचारे ।
आत्मस्वरूपापाशी जाणे । हाच मार्ग असे ॥
आत्मस्वरूपाचा मार्ग सापडता । येईल त्याला अनुभव ।
हा अनुभव स्वस्वरूपाचा । जो निवेदन करोनी सांगावा ॥

ओवी ३६

आता पुढिलीये समासीं । शिष्य सांगेल अनुभवासी ।
दृढ करूनिया तयासी । सांगती स्वामी ॥३६॥

अर्थ : आता पुढील समासात शिष्य आपला अनुभव सांगेल. स्वामी तो अनुभव ऐकतील. तो दृढ होण्यासाठी त्याचे विवेचन करतील.

स्पष्टीकरण : स्वरूपाची प्रचीती हा प्रांतच वेगळा. शिष्याला त्याचे अनुभव येऊ लागतील. यातले काही अनुभव खरे असतील, काही भ्रामक असतील. शिष्याने त्याला आलेल्या अनुभवांचे गुरूंजवळ निवेदन करावे. गुरू त्या अनुभवांचा विचार करून, त्यांची सत्यासत्यता पडताळून पाहतील. शिष्याची प्रचीती गुरूंच्या प्रचीतीशी जुळली, की शिष्य निर्धास्त होतो.

। आत्मबोध ।

स्वरूपाची प्रचीती । ही असे वेगळी अनुभूती ।
स्वामी ते ऐकती । विवेचन त्याचे करती ॥

ओवी ३७

इति श्रीआत्माराम । रामदासीं पूर्ण काम ।
ऐका सावध वर्म । आत्मज्ञानाचे ॥३७॥

अर्थ : याप्रमाणे भगवंताचे जे दास आहेत, त्यांची इच्छा पूर्ण करणारा हा 'आत्माराम' ग्रंथ. त्याचे चौथे प्रकरण संपले. पुढील समासात आत्मज्ञानाचे वर्म सांगण्यात येईल. ते लक्ष देऊन ऐकावे.

स्पष्टीकरण : भगवंताच्या दासांना एकच इच्छा असते, ती म्हणजे या दासांना भगवंताचे दर्शन हवे असते. हे दर्शन म्हणजेच आत्मदर्शन. आत्मज्ञान होणे अवघड आहे. आत्मविद्या गूढ आहे. ती पदरात पडण्यासाठी मार्गदर्शक

लागतो. हा मार्गदर्शक कोणीही असून चालत नाही. तो आत्मविद्येची प्रचीती आलेला असावा लागतो. तो निःस्वार्थी असावा लागतो. पुढील समासात म्हणजे पाचव्या समासात, आत्मज्ञानाचे वर्म समर्थ रामदास सांगणार आहेत. रामदास हे वर्म लक्षपूर्वक ऐकण्यास सांगतात.

। आत्मबोध ।

ग्रंथ हा 'आत्माराम' । आत्मज्ञानाचे सांगतो वर्म ।
ऐकावे लक्ष देऊन । भगवंताच्या दासांनी ॥

समास पाचवा

स्वानुभवनिरूपण

ओवी १ ते २८

शक्ती आणि बुद्धी यांची प्रतीक
समर्थ रामदास स्वामींनी स्थापिलेले अकरा मारुती

वीर (प्रताप) मारुती, चाफळ

खडीचा मारुती, शिंगणवाडी

माजगांवचा मारुती

मठातील मारुती, उंब्रज

दास मारुती, चाफळ

चुन्याचा मारुती, शहापूर

शिराळ्याचा मारुती, बत्तीस शिराळा

मनपाडळेचा मारुती

महारुद्र हनुमान, मसूर

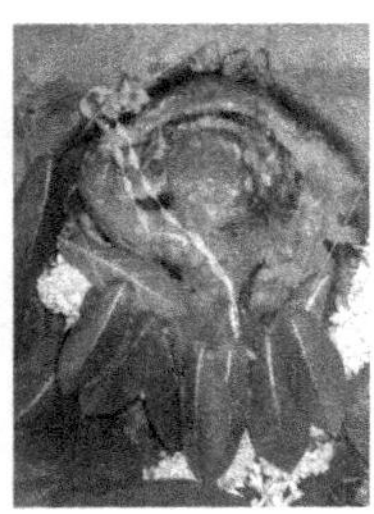

बालमारुती, पारगांव

बहे-बोरगांवचा मारुती

ओवी १

**जय जयाजी स्वामी सर्वेश्वरा । आम्हां अनाथांचिया माहेरा ।
सार्थक जालें जी दातारा । तुमच्या कृपे कटाक्षे ॥१॥**

अर्थ : आत्मस्वरूपाचा प्रत्यक्ष अनुभव आल्यावर शिष्य म्हणतो, ''अहो सद्‌गुरू स्वामी! आपण प्रत्यक्ष परमेश्वर आहात. आमच्यासारख्या दीन जिवांचे आपण विश्रांतीस्थान आहात. आपला जयजयकार असो. हे उदार पुरुषा, आपण करुणा दृष्टीने माझ्याकडे पाहिले आणि त्यामुळे मी कृतकृत्य झालो.''

स्पष्टीकरण : गुरूंच्या निरूपणामुळे शिष्याला वेगळी अनुभूती येते. शिष्य केवळ गुरूंनी सांगितले आणि 'मी ऐकले' असे करत नाही, तर वारंवार शंका विचारतो. गुरू शंकेचे निरसन करतात. जितक्या शंका जास्त, तितका गुरूंना आनंद जास्त. कारण त्यामुळे शिष्याच्या विचारात अधिक स्पष्टता येते आणि याचा गुरूंना आनंद होतो. शिष्य सामान्य पदावरून असामान्य पदापर्यंत पोहोचतो. शिष्याला आत्मस्वरूपाचा प्रत्यक्ष अनुभव येतो. शिष्यात परिवर्तन होते आणि शिष्य गुरूंच्या रूपात परमेश्वराला बघतो. गुरू म्हणजे सर्वेश्वर म्हणजे परमात्मा आहे, असे त्याला वाटते. एखाद्या स्त्रीला जसा माहेराचा आधार असतो, तसा गुरूंचा शिष्याला आधार असतो.

शिष्य आधी सामान्य असतो, त्यामुळे सर्वसामान्य माणूस जशी लहानमोठी दुःखे अनुभवतो तशी तोही अनुभवतो. कारण आत्मस्वरूपाचे ज्ञान त्याला नाही आणि तेच दुःखाचे मूळ कारण आहे. आपले अज्ञान दूर करावे, एवढी शक्ती सामान्य माणसात नसते. ज्ञानी माणूस आत्मज्ञानाने स्वतःचे अज्ञान दूर करतो. तो अनुभव घेतो. अनुभवाची क्रिया केल्यानंतर जे घडते, ती अनुभूती. अनुभूतीतून जे समजते, जाणले जाते, आकलन होते, ती अनुभूतीच्या वरची पायरी होय. त्या पुढे जाऊन आपण आपल्या अंतरंगात डोकावू लागतो, स्वरूपाचा शोध घेतो. या पुढची पायरी म्हणजे स्वस्वरूपाची होय.

संत आत्मज्ञानाचे दान करतात. सामान्य माणसाच्या जीवनात असणारे दुःख दूर करण्यासाठी, अज्ञान दूर करतात. त्यामुळे दुःखही नष्ट होते. सत्पुरुष,

संत, गुरू यांना जिवांबद्दल अपार करुणा असते. सामान्य, अजाण माणसे संत, गुरूंना त्रास देतात, दुःखी करण्याचा प्रयत्न करतात. पण यावर संतांनी/गुरूंनी विजय मिळवलेला असतो. हा विजय आहे, असे ते मानत नाहीत. ते अहंकारी नसतात. जो कोणी त्यांच्याकडे जातो, त्याचे ते विश्रांतिस्थान बनतात. म्हणूनच जर संतांचे बोलणे लक्षपूर्वक श्रवण केले तर शिष्याचे अंतर्यामी परिवर्तन होते. आत्मज्ञान ग्रहण करण्याची क्षमता प्राप्त होते. देहबुद्धीतून शिष्य आत्मबुद्धीकडे प्रवास करू लागतो. हीच तुरीया स्थिती म्हणजे माणसाच्या चार अवस्थांपैकी शेवटच्या चौथ्या अवस्थेतील स्थिती. यात शिष्य गुरूंबद्दल कृतज्ञ होतो. स्वानंद अनुभवणाऱ्या शिष्याचे जीवन श्रीसद्‌गुरूंच्या साहाय्याने कृतार्थ झालेले असते.

। आत्मबोध ।

गुरू वाटतो प्रत्यक्ष परमेश्वर । शिष्याला ॥
गुरू आहे शिष्याचे विश्रांती स्थान । गुरू असे शिष्याचे आनंदघन ।
गुरूमुळेच शिष्याचे जाई अज्ञान । गुरूंचा शिष्य करी जयजयकार ॥
आत्मस्वरूपाचे येई प्रत्यक्ष अनुभव । गुरूमुळेच मिळतो हा आनंद ।

ओवी २

या मनाचेनि संगति । जन्म घेतले पुनरावृत्ती ।
माया माईक असोन भ्रांती । वरपडा जालों होतो ॥२॥

अर्थ : शिष्य सांगत आहे, की या मनाच्या नादाने आपण अनेक जन्म घेतले. माया मिथ्या आहेही गोष्ट खरी, तरीही तिच्या प्रभावाने आपण भ्रमामध्ये अडकलो होतो, हेही खरे.

स्पष्टीकरण : मानव हा बुद्धिवादी आहे. माणसाच्या अंतरंगात बुद्धी असते. ही बुद्धी माणसाला चांगले आणि वाईट यांच्यातला फरक सांगते, विचार करायला सांगते. अहंकार किंवा मीपणा आपल्याला आपली, आपल्या अस्तित्वाची जाणीव देतो. चित्त म्हणजे आपले लक्ष. हेही माणसाच्यात असते आणि माणसाला मन आहे, भावना आहेत. अर्थात या भावना प्राण्यांमध्ये आहेत. झाडांना आहेत.

मन हे सहावे इंद्रिय आहे. बाकी इंद्रियातून माणसाला ज्ञान मिळते. मनाची गोष्ट वेगळी आहे. अवतीभवती जे दृश्यरूपात आहे त्याच्याशी नाते जोडणे, अर्थ लावणे, समजून घेणे ही कामे मन करते. भेदाभेद, आसक्ती-विरक्ती या अशा सगळ्याचे मूळ मनात आहे. मनातूनच अनेक दृश्यांबद्दलच्या भावना, कल्पना, विचार यांची निर्मिती होते. पण तरी हे मन भ्रमही निर्माण करते. अनेक गोष्टी बुद्धी पटवून देते, तरी मनातले भ्रम मात्र निघत नाहीत. त्या रूपाने जणू काही आपण पुन्हा पुन्हा जन्म घेतो आणि मृत्यूही पावतो. माया मिथ्या आहे, फसवी आहे, हे माहीत असूनही, तिचा प्रभाव आपल्या मनावर असतो. आपल्याला मनापासून सुटका नाही.

। आत्मबोध ।

मन ओढाळ ओढाळ । मन संशयाचं जाळं ।
मन वेगळं वेगळं । मनात कल्लोळ ॥
मन जन्म देई भ्रमाला । देई जन्म कल्पनेला ।
मनामुळेच जन्मणे पुन्हा पुन्हा । मनापासून सुटका नाही ॥

ओवी ३

जी मी मानवी किंकर । येकायेकीं जालों विश्वंभर ।
संदेह तुटला थोर । यातायातीचा ॥३॥

अर्थ : शिष्य गुरूंना म्हणतो, ''याआधी मी एक सामान्य जीव होतो. मी दृश्याचा गुलाम होतो. पण मी एकाएकी जगाचा पालनकर्ता व पोषणकर्ता ईश्वर झालो. त्यामुळे मला जन्ममरणाचे कष्ट आता नाहीत.''

स्पष्टीकरण : शिष्याला वाटत होते की आपण एक सामान्य सेवक, दास होतो. जे जे दिसते ते ते मानणारा, दृश्याचा गुलाम होतो. शिष्याला असे वाटत होते, कारण शिष्य त्यात अडकला होता. आता शिष्य त्यातून बाहेर पडला आहे. त्याला आत्मदर्शन झाले आहे. त्याच्यातला 'मी' गळून पडला आहे. त्याला परमार्थाचा मार्ग सापडला आहे, तो सर्वव्यापी झाला आहे. विश्वाचे पालनपोषण करणाऱ्या ईश्वराशी, हा शिष्य एकरूप झाला आहे. देहबुद्धीची म्हणजेच माणूसपणाची

अवस्था जी सीमित असते, ती तीन अवस्थांत असते (जागृत, स्वप्न, सुप्त). मी देह आहे म्हणणारा जीव, यातून बाहेर पडल्याने तो ईश्वररूपाशी तादात्म्य पावला आहे. जिवाचे शिवरूप झाले आहे. तो ईश्वररूपाशी एकरूप झालेला असतो. दृश्याच्या, मायेच्या गुलामीतून जीव मुक्त झाला आहे, म्हणून त्याचे जन्ममरणाचे कष्टही संपले आहेत.

। आत्मबोध ।

आधी होता सामान्य जीव । तो जाहला शिव ।
गुलामीतून मुक्त झाला जीव । जन्ममरणाचे कष्ट संपले ॥
शिष्यास झाले आत्मदर्शन । मीपणा पडला गळून ।
झालो ईश्वर करतो पालनपोषण । आता नाही यातायात ॥

ओवी ४

मी संसारींहून सुटलों । पैलपार पावलों ।
मीच सकळ विस्तारलों । सर्वांभूतीं ॥४॥

अर्थ : 'संसारीहून' म्हणजे मी कर्ता, मी भोक्ता या भावनेपासून मी मोकळा झालो. भवसागर पार करून, मी ब्रह्मस्वरूप असलेल्या आत्मस्वरूपास पोहोचलो. सर्व प्राणीमात्रात चैतन्यस्वरूपाने मीच व्यापून आहे.

स्पष्टीकरण : पंचमहाभूतात्मक जग म्हणजे संसार. संसारात माणसाला एक प्रकारची 'अहं' भावना असते. माझ्या कुटुंबाचा मी कर्ता आहे, मी भोक्ता आहे, असे वाटते. संसारात आसक्ती असते, वासना असते, भोग असतो. इथे सर्व काही दृश्य आणि म्हणूनच नाशवंत असते. माणसाला सतत भौतिक सुखे घ्यावीशी वाटतात. अन्नसुख घ्यावेसे वाटते. हे केवळ वाटणे नसते, तर या सगळ्याचा मी भोक्ता आहे, अशी भावना त्यामागे असते. माझ्यामुळे हे सारे घडते आहे, असे वाटत असते. यालाच कर्तेपण म्हणूया. जेव्हा माणूस ज्ञानी होतो, तेव्हा व्यर्थ अहंकार गळून पडतो. तो गळून पडतो, तेव्हा बाहेरून सुख घेणे किंवा सुख भौतिक जगात आहे, असे वाटेनासे होते. जगाचे दृश्यरूप अस्तित्व संपते. उलट आपण विश्वरूप बनतो,

आत्मरूपाने व्यापून राहतो. कणकणात आपण आहोत, असा प्रत्यय येतो. हा खूप दिव्य अनुभव आहे. सर्वाला पार करून भवसागर ओलांडून, परतीच्या प्रवासाला लागलेल्या जिवाला आत्मस्वरूप दिसते. तो आत्मस्वरूपाला जाऊन पोहोचतो आणि त्याला प्रत्येक प्राणिमात्रात आत्मस्वरूप चैतन्यस्वरूप आहे, असे जाणवते.

। आत्मबोध ।

भवसागर ओलांडून जाता । आत्मस्वरूप दिसता ।
आत्मस्वरूप चैतन्यस्वरूपात असता । सर्व प्राणिमात्रा ॥
संसारातले कर्तेपण । संसारातले भोक्तेपण ।
गळते जेव्हा मीपण । विश्वरूप बनतो आपण ॥
दृश्यरूप संपते । सुख बाहेर वाटेनासे होते ।
आत्मरूपाने व्यापते । आपले अस्तित्व ॥

ओवी ५

मी करून अकर्ता । मी परेहून पर्ता ।
मजमध्यें वार्ता । मीपणाची नाहीं ॥५॥

अर्थ : मी कर्म केल्यासारखे दिसते, पण मी काही करत नाही. स्फुरणरूप 'परा'वाणीच्या पलीकडे मी आहे. माझ्या ठिकाणी 'मी'पणाचा संबंध नाही.

स्पष्टीकरण : इथे 'मी' बोलतो आहे. हा 'मी' कोण आहे? 'मी' विरघळून टाकावा, असे सांगणारे समर्थ, इथे या 'मी'चे स्वरूप स्पष्ट करताना सांगतात की, हा 'मी' अहंपणाचा नाही. हा 'मी' कर्ता नाही, मिरवणारा नाही, तर 'अहं ब्रह्मास्मि' असे म्हणणारा आहे. ब्रह्मरूप झालेला मी आहे. खरे तर तो ब्रह्मात विलीन झाला आहे. आत्मस्वरूपातला हा मी आहे. तो आत्मबुद्धीत स्थिरावलेला आहे. थोडक्यात हा मी वेगळा आहे. इथे द्वैत नाही, दृश्याचा पसारा नाही, सान्त काही नाही. या 'मी'ला कर्तेपणाचा अहंकार नाही. त्यामुळे इतरांना जरी वाटले, की या आत्मस्वरूप झालेल्या 'मी'ने कर्म केले आहे, तरी हा 'मी' काहीच करत नाही. कर्तेपण या 'मी'ला नकोच आहे.

वैखरी, मध्यमा, परा आणि तुरीया असे वाणीचे चार प्रकार सांगितले आहेत. 'परा'वाणीच्या पलीकडे हा 'मी' आहे म्हणजे 'तुरीया' या वाणीकडे हा 'मी' पोहोचला आहे. ज्या 'परा'वाणीच्या पलीकडे हा 'मी' पोहोचला आहे, ती 'परा'वाणी शब्द ब्रह्म आहे, स्फुरणरूप आहे. सर्व सृष्टीचे आदिबीज असणारे हे स्फुरणरूप आहे. विश्वाला साक्षीपणाने (दृश्याने) पाहणारी जाणीवच इथे नष्ट होते. मीपणा इथे संपतो.

खरे तर जिवाच्या ठिकाणी मीपणा असतो. पुढे तो मोठा विश्वव्यापी मीपणा होतो. हा मीपणासुद्धा जातो आणि केवळ परमात्मस्वरूप शिल्लक राहते, इतकी उच्च अशी ही अवस्था असते. ही शिष्याची साक्षात ज्ञानाची, आत्मसाक्षात्काराची अनुभूती, स्वयंअनुभूती म्हणजे अपरोक्षानुभूती अखेर येथपर्यंत पोहोचते.

। आत्मबोध ।

'परा'वाणी पलीकडेही । मी पोहोचलो आहे ।
परावाणी स्फुरणरूप शब्दब्रह्म । सृष्टीचे आदिबीजही तीच आहे ॥
मीपणा संपतो इथे । मी विश्वव्यापी होतो ।
परमात्मस्वरूप राहतो । स्वयंअनुभूती येथपर्यंत पोचते ॥

ओवी ६

ऐसे जे निजबीज । गाळीव मीपणाचा फुंज ।
तो मुरलिया सहज । सीधचि आदिअंती ॥६॥

अर्थ : 'मी ब्रह्म आहे' या सूक्ष्म मीपणात आत्मस्वरूपाच्या अनुभूतीचे मूळ आहे, त्या अनुभूतीची खूण आहे. मी ब्रह्म आहे, ही अतिशय सूक्ष्म जाणीवदेखील जेव्हा जिरते, तेव्हा केवळ शुद्ध परमात्मस्वरूपाचा अनुभव येतो. आरंभापासून अखेरपर्यंत परमात्मस्वरूप स्वतः सिद्धपणे जसेच्या तसे विलसत असते.

स्पष्टीकरण : आत्मस्वरूपाची अनुभूती कुठे जन्म घेते? या अनुभूतीचे मूळ कशात आहे? तर 'मी ब्रह्म आहे', या सूक्ष्म मीपणात आहे. आत्मस्वरूपाचा मार्ग सापडल्यावर या मार्गावरून चालत असताना आत्मस्वरूपाची अनुभूती येते. अनुभव घेता घेता एका टप्प्यावर हा अनुभव पूर्ण होतो. यातून जी मिळते, तिला अनुभूती

म्हणूया. मी ब्रह्म आहे, ही जाणीव सूक्ष्म आहे. जसे पाणी जमिनीत जिरून जाते, तशी ही जाणीव जिरून जाते. इथे पाणी दिसेनासे होते. तसेच ही जाणीवही जिरून जाते. यानंतर उरतो तो शुद्ध परमात्स्वरूपाचा अनुभव. सुरुवातीपासून शेवटपर्यंत परमात्मस्वरूप स्वतः सिद्धपणे जसेच्या तसे विलसत असते.

परमात्मा असीम व अनंत आहे. हे अनंतत्व कसे आहे, तर हे विश्व प्रचंड, महाकाय आहे. एवढे मोठे विश्व आले काय आणि नष्ट झाले काय याचा माणसाला पत्ताच नसतो. परमात्मस्वरूपही इतके प्रचंड, अनंत आहे. हा विश्व असताना जसा परमात्मा असतो, तसाच विश्व नसतानाही विलास करतो. शेवटी आपला जीव द्रष्टेपणा, कर्तेपणा आणि ज्ञातेपणा यांच्यासह अनंतात मिसळून जातो. मी नाशवंत आहे, मला अंत आहे, पण परमात्मस्वरूपाच्या अनुभूतीमुळे तोच मी अनंतरूप होतो. त्याच्यात अमूर्त, असीम जाणीव निर्माण होते. आत्मस्वरूपाच्या अनुभवाची हो पहिली पायरी, जेव्हा दृश्याला ओलांडून जाते, तेव्हाच परमात्मस्वरूपाची कल्पना येते.

। आत्मबोध ।

मी ब्रह्म आहे हे सूक्ष्म मीपणा । यात आत्मस्वरूपाच्या अनुभूतीची खूण ।
ही अतिशय सूक्ष्म जाणीव जाण । ही जाते जिरून ॥
तेव्हा परमात्मस्वरूपाचा अनुभव येई । परमात्मस्वरूप असीम, अनंत ।
जरी असे मी नाशवंत, सान्त । या अनुभवाने होतो अनंत ॥

ओवी ७

ऐसा शिष्याचा संकल्पु । जाणोनि बोले भवरिपु ।
संसारसर्प भग्नदर्पु । केला जेणें ॥७॥

अर्थ : शिष्याने स्वतःच्या अनुभवाने स्थिर झालेला स्वरूपनिश्चय सांगितला. स्वामींनी तो ऐकला. स्वामी कसे आहेत? स्वामी जन्ममरणाचे शत्रू आहेत. शिवाय कर्तेपणाचा जो सर्प आहे, त्याचा अभिमान त्यांनी नष्ट केला आहे.

स्पष्टीकरण : सद्‌गुरूकृपा झाली की, आत्मसाक्षात्कार होतो. आत्मसाक्षात्कार म्हणजे स्वस्वरूपाचे भान येणे, स्वस्वरूप प्रत्यक्षात दिसणे, स्वस्वरूपाची अनुभूती

येणे. शिष्याचे अस्थिरपण संपले, की स्वतःच्या अनुभवाने त्याला स्थिरता येते. मग तो स्वरूपनिश्चय सांगतो. हा स्वरूपनिश्चय स्वामी ऐकतात. जन्ममरणाच्या फेऱ्यातून ते बाहेर पडले आहेत, स्वामी जन्ममरणाचे शत्रू आहेत.

या ठिकाणी समर्थ रामदास कर्तेपणाला सर्प असे म्हणतात. सर्प ज्याप्रमाणे डंख मारतो, माणसाच्या शरीरात विष सोडतो, त्याप्रमाणे कर्तेपणा आहे. कर्तेपणा असतो तिथे मीपणा येतो. त्याप्रमाणे कर्तेपणाच्या सापाच्या अभिमानाचा स्वामींनी नाश केला आहे. मनातली आसक्ती सोडणे, भोग घेण्याची वृत्ती सोडणे आणि अनासक्त होणे; तसेच कर्तेपणाचा अभिमान सोडणे, हे स्वामींनी केले आहे. स्वामींबद्दल शिष्याला ही जाणीव झालेली आहे.

। आत्मबोध ।

शिष्य स्थिरावला अनुभवाने । स्वरूपनिश्चय सांगितला त्याने ।
स्वामींनी ऐकला प्रेमाने । आणि समान प्रचिती ॥
स्वामी आहेत । जन्ममरणाचे शत्रू ।
कर्तेपणाचा अभिमान । त्यांनीच नष्ट केला ॥

ओवी ८

जे स्वामींच्या हृदयी होतें । तें शिष्यासी बाणलें अवचितें ।
जैसे सामर्थ्य परीसातें । लोहो आंगीं बाणे ॥८॥

अर्थ : लोखंडाला जेव्हा परिसाचा स्पर्श होतो, तेव्हा त्या लोखंडाचे सोने होते. हे परिसाचे सामर्थ्य असते. तसेच स्वामींच्या अंतःकरणात जी स्वरूपानुभूती होती, ती सहजगत्या शिष्याच्या अंतःकरणात उदय पावली.

स्पष्टीकरण : लोखंड आणि परिसाचा दृष्टांत ज्ञानदेव 'ज्ञानेश्वरी'त देतात. हा परीस काल्पनिक जरी असला, तरी त्या दृष्टांतामुळे मूळ भावार्थ पटकन लक्षात येते. हे सर्व गुरू आणि शिष्य यांच्या नात्यासंबंधी आहे. शिष्य आता अशा पदावर जाऊन पोहोचला आहे, की गुरू आणि शिष्य दोघे वेगळे राहिले नाहीत. समानपदावर आले आहेत.

शिष्य आधी लोखंडाप्रमाणे होता. त्याला गुरूंचा स्पर्श होताच, त्याचे सोन्यात रूपांतर झाले. त्यात आमूलाग्र बदल झाला. संत ज्ञानदेव संवादाबद्दल असे म्हणतात, की माणसाचे बोलणे समोरच्या माणसाला समजून घेणारे असावे, म्हणजेच या हृदयाला त्या हृदयात काय आहे हे समजते. यासाठी मनाची वेगळी स्थिती असावी लागते. स्वामींना झालेली स्वरूपाची अनुभूती, हीच शिष्यालाही आली. साहजिकच गुरूंचा हेतू साध्य झाला.

। आत्मबोध ।

लोखंडा होता स्पर्श परिसाचा । त्याचे होई सोने ।
तसा शिष्या गुरूंचा । स्पर्श होई ॥
स्वामींची स्वरूपानुभूती । आली शिष्याच्या अंतःकरणी ।
दोहोंची समान प्रचिती । गुरू आणि शिष्य एकरूप होती ॥

ओवी ९

स्वामी परिसाचा स्पर्श होतां । शिष्य परिसचि जाला तत्त्वता ।
गुरुशिष्यांची ऐक्यता । जाली स्वानुभवें ॥९॥

अर्थ : स्वामीरूपी परिसाचा शिष्यरूपी लोखंडाला स्पर्श झाला. त्या स्पर्शाने स्वतः शिष्यदेखील खरोखर परिसच झाला. म्हणजे गुरूशिष्यांना एकच आत्मानुभव आल्याने दोघे एक झाले, दोघांत समरसता आली.

स्पष्टीकरण : 'आत्माराम' या ग्रंथाच्या पहिल्या समासापासून इथपर्यंतचा प्रवास म्हणजे, शिष्याला गुरूंची अनुभूती येणे आहे. शिष्याच्या मनातल्या शंका जशा गुरू दूर करतात, तसे शिष्याला सामान्य पातळीवरून असामान्य पातळीवरही आणतो. माया-मोह यांच्या विळख्यातून सोडवतो. त्यासाठी गुरू शिष्याला बंधनात अडकवणाऱ्या सर्व गोष्टी सोडायला लावतात. त्यात 'मीपणा' ही सोडणे आलेच. आत्मा, परमार्थ, स्वस्वरूप, आत्मस्वरूप हा प्रांतच वेगळा. द्वैत-अद्वैत, माया ब्रह्म, सान्त, अनंत, विनाशी नाशवंत अशा सर्व संकल्पना गुरू स्पष्ट करत जातात. शिष्य आत्मानुभवापर्यंत पोहोचतो. शिष्य गुरू एकरूप

होतात. जिवाशिवाची भेट होते. दोघांना एकच आत्मानुभव आल्याने दोघांत समरसता येते.

। आत्मबोध ।

गुरूंचे शिष्याला सांगणे । शंकांचे निरसन करणे ।
परमार्थाचा मार्ग दाखवणे । शिष्य गुरू एक होणे ॥
गुरू शिष्य झाले समान । शिष्य झाला सुवर्ण ।
दोघांचा एक आत्मानुभव । दोघात आली समरसता ॥

ओवी १०

गुज स्वामींच्या हृदयींचे । शिष्यास वर्म तयाचें ।
प्राप्त जालें योगियांचें । निजबीज ॥१०॥

अर्थ : स्वामींच्या अंतःकरणात, गूढ रम्य स्वरूपाचा साक्षात्कार विलसत होता. शिष्याला स्वतःला जेव्हा साक्षात्कार झाला, तेव्हा त्याचे रहस्य त्याला प्राप्त झाले. योगी ज्या स्वस्वरूपाचे ध्यान करतात, त्याचे मूळ स्वरूप शिष्याला समजले.

स्पष्टीकरण : शिष्याला स्वामींचे वेगळे रूप जाणवू लागले आहे. स्वामींच्या अंतःकरणातला गूढ साक्षात्कार त्यालाही दिसतोच. तो अनुभवतो आहे. हा स्वरूपसाक्षात्कार आहे. स्वरूप आणि स्वस्वरूप यात फरक आहे. अंतर्यामी असलेले, एका जागी असलेले असे रूप, जे परमार्थरूप आहे, जिथे आत्म्याची बोली आहे, ते स्वस्वरूप होय. शिष्याला हाच साक्षात्कार झाला आहे. देहरूपातून बाहेर पडून शिष्य परमार्थरूप झाला आहे. साधकाचा सिद्ध पुरुष होताना, अनेक टप्पे त्याला ओलांडावे लागतात. गुरू जेव्हा साक्षात्कार पदावर असतो, त्याला आत्मानुभव आलेला असतो, तेव्हा कोणत्या स्थित्यंतरातून तो गेला, याची कल्पना शिष्याला येते. शिष्यही त्या स्थित्यंतरातून जातो. स्थूल दृश्याच्या पलीकडे गेल्यावर आणि आत्मसाक्षात्काराच्या सूक्ष्म दृश्याच्या मध्ये एक वेगळाच अवकाश आहे. ते अनुभव विलक्षण असतात. शिष्याला स्वरूपाकडे पोहोचल्यावरही, तिथे स्थिरता येण्यासाठी गुरुकृपेचे सामर्थ्य लागते. स्वतःचे साधन आणि गुरूंची कृपा, अशा दुहेरी

अंगाने अध्यात्माकडे स्थिर होणाऱ्या शिष्याला आत्मसाक्षात्कार होतो. मग त्याला स्वस्वरूपाचे मर्म समजते. आत्मसाक्षात्काराचे आध्यात्मिक रहस्यच, या ओवीतून समर्थ सांगतात.

। आत्मबोध ।

स्वामींच्या अंतःकरणी स्वरूपसाक्षात्कार । शिष्यही होतो यात तदाकार।
शिष्याला समजे स्वस्वरूप आकार । मूळ स्वरूप समजले त्यास ॥
साधन आणि गुरूंची कृपा । अध्यात्माकडे स्थिर करी शिष्या ।
तेव्हा साक्षात्काराचीही कृपा । प्राप्त होई शिष्या ॥

ओवी ११

बहुता जन्मांच्या शेवटीं । जाली स्वरूपेंसीं भेटी ।
येका भावार्थासाठीं । परब्रह्म जोडलें ॥११॥

अर्थ : जिवाने आत्तापर्यंत पुष्कळ जन्म घेतले. अखेर त्याला आत्मस्वरूपाचे दर्शन झाले. केवळ एक अस्तित्व निष्ठेने म्हणजे अस्तित्वाची भावना बुद्धीत ठसल्याने, त्यास परब्रह्माची प्राप्ती झाली.

स्पष्टीकरण : माणूस देहबुद्धीतच गुंतून पडतो. देह दृश्य आहे, देह नाशवंत आहे, हे माहीत असले तरी, त्यावरच माणूस प्रेम करतो. त्याला सांभाळतो. त्यावरच त्याची श्रद्धा असते. ही माया आहे. आत्मा दिसत नाही. तो अमूर्त, अव्यक्त आहे. त्यामुळे तो खरा वाटत नाही. देह दिसतो म्हणजे वेगळेपणाने पाहता येतो. मात्र ते माझे स्वरूप नाही, कारण ते अन्य आहे. देह दृश्य आहे. जे माझ्याहून वेगळे आहे, ते आत्म नाही तर अनात्म आहे. माणूस देहावर विश्वास टेवतो, मानतो. या देहात वासना असते, अपेक्षा असतात, आसक्ती असते. या सर्वांसाठी माणूस खूप प्रयत्न करतो. धडपड करूनही सगळ्याची पूर्तता होत नाही. अपुरेपण राहतेच. या तृप्ततेसाठी त्याला वारंवार जन्म घ्यावे लागतात. वेगवेगळ्या योनीत तो जन्म घेतो, जन्म घेतला म्हणजे मृत्यूही आलाच. मात्र एखादा जन्म असा येतो की, त्याची संतांशी गाठ पडते. त्याच्या ठिकाणी असलेला देहबुद्धीचा भाव कमी कमी होऊ

लागतो. हा भाव हळूहळू पूर्णपणे जाऊन, माणूस अंतर्मुख होतो, स्वशोध घेऊ लागतो. अशातच जिवावर गुरुकृपा होते आणि आत्मस्वरूपाविषयीचा भाव जागृत होतो आणि शिष्याला आत्मदर्शन होते.

। आत्मबोध ।

देहावर विसंबला । आत्मदर्शन विसरला ।
फिरोनी जन्म घेतला । जन्ममृत्यूचा फेरा लागला ॥
देहबुद्धीतून बाहेर आला । संतसंगही त्यास लाभला ।
अंतर्मुख झाला । स्वशोध घेऊ लागला ।
गुरुकृपेने आत्मभाव जागा झाला । आत्मदर्शन झाले शिष्याला ॥

ओवी १२

जो वेदशास्त्रांचा गर्भ । निर्गुण परमात्मा स्वयंभू ।
तयाचा येकसरा लाभ । जाला सद्भावे ॥१२॥

अर्थ : परमात्मस्वरूप हेच सर्व वेदांचे, सर्व शास्त्रांचे सारभूत तत्त्व आहे. परमात्मा गुणातीत आहे, अतींद्रिय आहे, निर्गुण निराकार आहे. तो मूलतःच स्वयंसिद्ध आहे. त्याला कोणी निर्माण केलेले नाही. तो स्वयंभू आहे. त्याच्या अस्तित्वाबद्दल म्हणजेच खरेपणाबद्दल अगदी पूर्ण भावना झाल्यावर, अकस्मात त्याचे दर्शन घडते. तोच खरा आहे, ही भावना निर्माण झाली.

स्पष्टीकरण : सर्व वेद (चारी वेद), सर्व शास्त्रे यांनी निर्गुण, निराकार परमात्माच गाभा मानला आहे. ते मूलतत्त्व आहे. हा परमात्मा निर्मित नाही, तो स्वयंभू आहे, स्वतःच निर्माण झालेला आहे. परंतु माणूस बुद्धीत रमल्यामुळे त्याला परमात्म्याचे खरेपण जाणवले नाही. कारण माणूस दृश्यात अडकला, मायेत गुंतला. वास्तविक आत्मा ज्ञानरूप आहे, इंद्रियपलीकडचा आहे, हे जेव्हा जाणवते तेव्हा अकस्मात आत्मदर्शन होते. देह हा नश्वर असून आत्मा हाच सत्य आहे, ही भावना निर्माण होते. जोपर्यंत स्थूल देहातून सूक्ष्मापर्यंत आपण पोहोचत नाही, तोपर्यंत आत्मा माहीत होत नाही. दृश्याचे, देहाचे आवरण त्यावर झाकलेले

असते. 'मी देह आहे' हा भाव स्थिर असतो. हा असद्भाव (वाईट विश्वास / जाणूनबुजून वाईट विचार) आहे. तो जोपर्यंत दूर होत नाही तोपर्यंत 'मी आत्मा आहे' हा भाव जागृत होत नाही. एकदा का आत्म्यावरचे आवरण बाजूला सारले, की त्या दर्शनाने मन भरून जाते. त्याच्या ज्ञानप्रकाशात बघता बघता एकाएकी मन भरून जाते.

। आत्मबोध ।

वेदांचे मूलरूप आत्मस्वरूप । शास्त्रांचेही मूलरूप आत्मस्वरूप ।
तो निर्गुण, अतींद्रिय रूप । मूलतः तो स्वयंसिद्ध ॥
मी देह आहे हा भाव । असे जोवरी स्थूल देहात ।
तोवरी मी ब्रह्म हा भाव । कसा येईल ॥
मी आत्मा आहे हा भाव । होई जेव्हा जागृत ।
हरवून जाई मन दर्शनात । दर्शनाच्या ज्ञानप्रकाशात ॥

ओवी १३

जे ब्रह्मादिकांचें माहेर । अनंत सुखाचे भांडार ।
जेणे हा दुर्गम संसार । सुखरूप होये ॥१३॥

अर्थ : परमात्मा ब्रह्मदेवादिदेवांचे आश्रयस्थान म्हणजे एका अर्थाने माहेरच आहे. परमात्मा हा परमानंदाचे कोठार आहे, मोठा साठा आहे. त्याचे दर्शन झाल्यावर हा संसाररूपी सागर पार करणे आनंदमय बनते.

स्पष्टीकरण : ब्रह्मदेव आणि इतर देव यांचे आश्रयस्थान हा परमात्मा आहे. आपला मनोभाव शुद्ध, सात्त्विक होतो तेव्हा परमात्म्याचे दर्शन होते. हा परमात्मा म्हणजे आत्मा. जो अनंत, असीम आहे. साऱ्या विश्वाची निर्मिती याच स्वरूपातून होते. हा परमात्मा इतका व्यापक आहे की, जग त्यावरच जगते, त्याच्यातच मुरते. तो परमानंदाचे कोठार आहे.

परमात्म्याचे दर्शन झाल्यावर परमानंद मिळतो. हा आनंद व्यावहारिक पूर्णतेतून मिळणाऱ्या आनंदापेक्षा वेगळा असतो. हे सुख अनुभवायचे असते. हे

सुख अंतरात्म्यात असते, जे न संपणारे असते. या आनंदाचा प्रभाव एवढा असतो, की जो संसार दुःखमय वाटत असतो, ज्या संसारात अनंत अडचणी असतात, नाशवंतपणा असतो तो संसार स्वरूपदर्शन झाल्यावर आनंदाने भरून जातो. एरवी हा भवसागर पार करून, पलीकडल्या तीरावर जायचे म्हणजे महाकठीण वाटते. पण स्वरूपदर्शन झाल्यावर आपण संसाररूपी सागरापासून वेगळे होतो. त्याचे संसार म्हणून रूप दिसतच नाही. सगळा संसारच परमात्मरूप होतो.

। आत्मबोध ।

परमात्मा असे आश्रयस्थान । ब्रह्म आणि देवदेवांचे माहेर ।
परमात्म परमानंदाचे कोठार । परमात्माच आधार ॥
होता परमात्म्याचे दर्शन । संसार परमात्मरूप होतो ।
संसार संसार न उरतो । हो अवघा आनंदरूप तो ॥

ओवी १४

ऐसें जयास ज्ञान जालें । तयाचें बंधन तुटलें ।
येरां नसोनीच जडलें । सदृढ अविवेकें ॥१४॥

अर्थ : असे आत्मज्ञान ज्याला होते त्याची देहबुद्धीची, जीवपणाची सारी बंधने सुटतात. आत्मज्ञान ज्यांना होत नाही, त्यांना मुळातच बंधन नसताना (आत्मानात्मविवेकाच्या) विवेकाच्या अभावाने घट्टपणे जडते.

स्पष्टीकरण : ज्याला हे आत्मज्ञान होते, ज्याला आत्मदर्शन होते, जो परमात्मरूप होतो, त्याची सगळे दृश्य बंधने सुटतात. मग हे बंधन येते कसे तर ज्यांना आत्मज्ञान होत नाही, त्यांना बंधन जडते. कारण त्यांच्या ठिकाणी विवेकाचा अभाव असतो. बरेचवेळा आपणच आपल्या मनाने बंधने घालतो, कारण आपण आपले मूळ रूप विसरतो. आपण मूलतः ज्ञानमय असतो. याचे स्मरण आपल्याला राहत नाही. हळूहळू ज्ञानमयता विसरते, लोप पावते आणि अज्ञान प्रकट होते. अज्ञानातून अविवेकाचा जन्म होतो. यातून बंधने, शंकाकुशंका, भ्रम, गैरसमज, अशा गोष्टी निर्माण होतात. यामुळे जिवाचे बंधन अधिकच घट्ट बनते.

। आत्मबोध ।

आत्मज्ञान ज्यास नसते, अज्ञानाने बंधने घट्ट होती ।
आत्मज्ञान ज्यास होते, त्याची बंधने तुटती ।
आत्मज्ञान ज्याला होते, तो ज्ञानमय होतो ।
आत्मदर्शन ज्याला होते, तो विवेकाने वागतो ॥

ओवी १५

संदेह हेचि बंधन । निशेष तुटला तेंचि ज्ञान ।
निःसंदेही समाधान । होये आपैसें ॥१५॥

अर्थ : संशय निर्माण झाला की विचारांना बंधने येतात. भात्र अस्थिर होतो. मन साशंक होते. ही सारी बंधने आहेत. कारण यात आपण अडकतो. हा संदेह जर पूर्णपणे तुटला, तर भाव स्थिर होतो. हेच ज्ञानाचे स्वरूप आहे. मग आपोआप समाधान अनुभवास येते.

स्पष्टीकरण : अनेकदा आपली अवस्था दोलायमान होते, मनात गोंधळ, संभ्रम असतो. भाव स्थिर नसतात. आत्मा आहे की नाही, असे प्रश्न निर्माण होतात. ही सारे बंधनेच होत. त्यांत आपण अडकतो. जिथे मनात संदेह असतो, तिथे आत्मज्ञान शक्य नाही. आत्मा आहे हे ज्ञान, तसेच आत्मा नाही हेही ज्ञानच. पण जेव्हा ज्ञान आहे किंवा नाही असे होते, तेव्हा ते दोलायमान असते. आत्मज्ञानात ज्ञाता स्वतः ज्ञानाचा शोध घेतो. त्याचे स्वतःचे ज्ञान वाढते. हळूहळू संशय मिटतो आणि संपूर्ण आत्मज्ञान होते. मग आपोआप समाधान अनुभवायला येते. हे समाधान मिळवण्यासाठी जीव धडपडत होता. ते प्राप्त झाल्याने आणखी काही मिळवायचे राहतच नाही.

। आत्मबोध ।

निर्माण संशय होता, विचारांना बंधने येती ।
संदेह पूर्ण तुटता, समाधान अनुभवास येई ।
भाव स्थिर होणे, असे ज्ञानाचे स्वरूप ।
आत्मज्ञान होते जेव्हा, मिळते समाधान ॥

ओवी १६

प्राणीयास माया सुटेना । अभिमानें त्रिपुटी तुटेना ।
वृत्ति स्वरूपीं फुटेना । स्फूर्तिरूपें ॥१६॥

अर्थ : जिवाचे, सामान्य माणसाचे, या आजूबाजूच्या संसारातून मन बाहेर पडत नाही. दृश्यावर त्याचे प्रेम असते. त्याचा अभिमान असतो. मीपणा तर असतोच. या मीपणामुळेच तो कर्ता, कर्म आणि क्रिया/कृती या त्रिपुटीत वावरतो. त्यामुळे दृश्याच्या वृत्तीचे रूपांतर होऊन, आत्म्याची स्फूर्ती अंकुरित होत नाही.

स्पष्टीकरण : माणसाचे अनेक गोष्टीवर प्रेम असते, माया असते, त्यांचा मोह असतो. त्याच्या मनाच्या हालचाली प्रेम या वस्तूला अनुलक्षून घडतात. यालाच वृत्ती म्हणतात. ज्याच्याबद्दल माणसाला मोह असतो, त्याबद्दलचे अनेक विचार, कल्पना, भावना, वासना त्याच्या मनात असतात. मुख्य म्हणजे हे दिसणारे जगच खरे आहे, असे त्याला वाटते. खरे तर दृश्य जग सान्त असते, नाशवंत असते. कर्ता, क्रिया, कर्म ज्ञाता, ज्ञेय, ज्ञान-भोक्ता, भोग्य, भोग ही त्रिपुटीची काही रूपे होत. त्रिपुटीमुळे मन बाह्याकडे ओढले जाते. ते मन अंतर्मुख कसे होणार? दृश्याच्या वृत्तीचे रूपांतर होऊन आत्म्याच्या स्फूर्तीत मन अंकुरित होत नाही. मनात स्थूलाची आसक्ती निर्माण होते, त्यामुळे मनही स्थूल बनते. साहजिकच मनाला सूक्ष्म आत्म्याची प्रचिती येत नाही.

। आत्मबोध ।

संसारातून मन बाहेर येईना । दृश्याचे प्रेमही सुटेना ।
काय करावे या अभिमाना । सामान्य माणसाच्या ॥
मीपणा असतो मानवात । वावरतो तो, कर्ता कर्म क्रिया त्रिपुटीत ।
दृश्याच्या वृत्तीचे रूपांतर । होत नाही आत्म्याच्या स्फूर्तीत ।
मग मन बनते स्थूल । त्यास होत नाही प्रचीत सूक्ष्म आत्माही ॥

ओवी १७

जे मायाजळीं पडिलें । तें ईश्वरासी चुकले ।
ते प्राणी सांपडले । वासनाबंधनी ॥१७॥

अर्थ : दृश्यातून सुख घेण्याची वासना हा मायेचा प्रभाव. ही वासना जित्राला दृश्याशी आसक्तीने बांधून ठेवते. त्यामुळे जीव ईश्वरविन्मुख होतो/ईश्वराकडे बघत नाही.

स्पष्टीकरण : आत्मा आणि अनात्मा (आत्म्याचा अभाव / अहंकारपासून मुक्तता) अशा दोन बाजू असतात. जेव्हा जीव दृश्यात रमतो, तेव्हा तो आत्मस्फूर्तीला पारखा होतो. त्याला आत्मदर्शन होत नाही. आत्मस्वरूपाची प्रच्चिती येत नाही. विश्वाच्या रचनेत ईश्वर आणि त्याची माया अशी दोन अंगे आहेत. जो मायेच्या वर्चस्वाखाली असतो, त्याला वाटू लागते की दृश्य जग खरे आहे. मग ईश्वराकडे तो पाठ फिरवतो. दृश्यातून सुख घेण्याची वासना हा मायेचा प्रभाव. ही वासना जिवाला दृश्याशी आसक्तीने बांधून ठेवते. त्यामुळे जीव ईश्वरविन्मुख होतो / ईश्वराकडे बघत नाही.

। आत्मबोध ।

जीव दृश्यात रमतो । आत्मस्फूर्तीला पारखतो ।
तो मायेच्या वर्चस्वात असतो । ईश्वराकडे पाठ फिरवतो ॥

ओवी १८

जयाचें दैव उदेलें । तयास ज्ञान प्राप्त जालें ।
तयाचें बंधन तुटलें । निःसंगपणे ॥१८॥

अर्थ : ज्याचे दैव उदयास येते त्याला ज्ञान प्राप्त होते. त्याच्या सर्व वासनांचे निर्मूलन झाल्याने, त्याचे बंधन तुटते.

स्पष्टीकरण : माणसाचे आयुष्य अनेक धाग्यांनी विणलेले असते. कधी धागा जरतारी असतो, तर कधी साधा सुती. एक धागा सुखाचा असतो तर शंभर धागे दुःखाचे असतात. असे असूनही पुढील चार गोष्टींना या जीवनात महत्त्व असते.

१. माणूस जगत असतो ती परिस्थिती

२. एखाद्या गोष्टीसाठी माणूस करतो ते प्रयत्न

३. माणसाचे चारित्र्य किंवा शील

४. दैव, नियती, विधीघटना.

यातले चौथे सर्वांत महत्त्वाचे आहे. पहिल्या दोन गोष्टी दिसतात, त्या दृश्य आहेत. माणसाचे चारित्र्य हे महत्त्वाचे. पण ते सूक्ष्म आहे. ते ज्ञान असते. चौथा घटक म्हणजे दैव. आपण म्हणतोही सगळे असले तरी दैव/नियती मानावीच लागते. यात पूर्वपुण्याई, ईश्वराचे आशीर्वाद, आत्मकृपा, गुरुकृपा असेही घटक असतात. शील, परिस्थिती, प्रयत्न हे सगळे आहे, पण दैव नसेल तर माणूस हतबल होतो. पहिल्या तीन घटकांमुळे (परिस्थिती, प्रयत्न, शील) वासना नष्ट करण्यासाठी केलेली साधना आणि ईश्वरकृपा असेल, तर आत्मज्ञान माणसाच्या पदरात पडते. माणूस जेव्हा वासना नष्ट करण्याचा प्रयत्न करतो आणि ईश्वरकृपा प्राप्त करतो, तेव्हा जिवाला ज्ञानामृत मिळते. दैव उदयाला येते, तेव्हा ज्ञानप्राप्ती होते. या जोडीला परिस्थिती, प्रयत्न, शील असतेच. माणसाच्या सर्व वासना नष्ट होऊन, माणूस बंधनरहित होतो.

। आत्मबोध ।

जेव्हा येते दैव उदयास । ज्ञान प्राप्त होते त्यास ।
सर्व वासना नष्ट झाल्यास । बंधन तुटोनी ज्ञानप्राप्ती होते त्यास ॥

ओवी १९

सर्वसाक्षी तुर्याअवस्था । तयेचाहि तूं जाणता ।
म्हणोनी तुज निःसंगता । सहजचि आली ॥१९॥

अर्थ : तुर्यावस्था सर्वसाक्षिणी अवस्था आहे. तू आत्मा त्या अवस्थेलाही जाणतोस. म्हणूनच तुला स्वाभाविकतःच कोणत्याही अवस्थेचा संपर्क नाही.

स्पष्टीकरण : लोक ज्ञानी असतात तसे ते अज्ञानीही असतात. ज्ञानी लोक दृश्यात अडकत नाहीत. ते आत्मस्वरूपाशी एकरूप होतात. अज्ञानी माणूस दृश्यात अडकतो, कारण तो अज्ञानी असतो. तो जागा तरी असतो, गाढ झोपेत तरी असतो किंवा स्वप्नात तरी. मात्र ज्ञानी माणूस मनाच्या या सर्व अवस्थांपलीकडे असतो. ती असते तुरीया अवस्था. वाणीचा चौथा टप्पा.

पहिले तीन टप्पे सर्वांच्या परिचयाचे असतात. चौथी अवस्था मात्र वेगळी असते. वाणीचे शुद्धस्वरूप असते. मी ब्रह्म आहे, मी आत्मस्वरूप आहे, एवढीच जाणीव इथे असते. त्यामुळेच समर्थ या अवस्थेला सर्वसाक्षिणी अवस्था म्हणतात.

मायेच्या वरील तीन अवस्था तुरीया अवस्थेने मागे टाकलेल्या असतात, कारण त्या मिथ्या आहेत, विनाशी आहेत. तुरीया अवस्था ही खरी तर असतेच, पण ती सर्व जाणते, स्वतः स्वतःला जाणते. हे जाणणे मुरते तेव्हा कोणतीच इतर अवस्था उरत नाही. यालाच निःसंगता म्हणतात, कोणताही संग न राहणे, सगळ्यांतून बाहेर पडणे म्हणतात.

। आत्मबोध ।

अज्ञानी अवस्थेत । असतो तीन स्थितीत ।
ज्ञानी असे चौथ्या स्थितीत । जी असे शुद्धस्वरूप ॥
इथे असे एक जाणीव । मी ब्रह्म, आत्मस्वरूप ।
म्हणूनही सर्वसाक्षिणी । अवस्था असे ॥
तुर्या अवस्था जाणते । समजते स्वतःला ।
हे जाणणे जेव्हा मुरते । असते ती निःसंगता ॥

ओवी २०

आपणासी तूं जाणसी । तरी ते हि तूं नव्हेसी ।
तूं पणाची कायेंसी । मात स्वरूपी ॥२०॥

अर्थ : मी आत्मस्वरूप आहे असे जाणले, तर ते जाणणारा पूर्ण परमात्मस्वरूप झालेला नसतो. परमात्मस्वरूपामध्ये मीपणाला मुळीच वाव नसतो.

स्पष्टीकरण : माणूस अज्ञानात असतो, म्हणूनच दृश्यावर विश्वास ठेवतो. मी देह आहे, असे म्हणत बसतो. त्याच्या ठिकाणी अहंकार असतो. पण अज्ञानातला 'मीपणा' वेगळा आणि ज्ञानी माणसाचा 'मीपणा' वेगळा. अज्ञानीच्या मीपणात कर्ता, कर्म, क्रिया हे सर्व तोच असतो. तो स्वतःकडे कर्तृत्व घेतो. ज्ञानी माणसाच्या मीपणात त्याने आत्मा, परमात्मा, स्वरूप जाणलेले असते. ज्ञानी अवस्था एकदा आली, की अज्ञानाचा नाश होतो, आणि जीव, जीव उरत नाही तर तो परमात्म्यात विलीन होतो.

। आत्मबोध ।

अज्ञानी म्हणतो मी देह आहे । ज्ञानी जाणतो मी ब्रह्म आहे ।
दोन्ही ठिकाणी 'मी' आहे । परी तो वेगळा जाण ॥

ओवी २१

जाणता आणि वस्तु । दोनी निमाल्यां उर्वरीतु ।
तूं पणाची मातु । सहजचि वाव ॥२१॥

अर्थ : मीपण केव्हा जाते? तर जाणणारा ज्ञाता आणि जाणायची वस्तू म्हणजेच ज्ञेय, दोन्ही जेव्हा विराम पावतात, तेव्हा मीपण जाते, तूपणही जाते. तेथे मीपणाला काहीच स्थान उरत नाही. केवळ स्वरूप शिल्लक उरते.

स्पष्टीकरण : ज्ञानामध्ये ज्ञाता आणि ज्ञेय असते. ज्ञाता जेव्हा स्वतःला विसरतो, ज्ञेय विसरतो तेव्हा 'मी' उरतच नाही. कारण जरी ज्ञान असले, तरी घेणारा आणि ती वस्तू यात कोणीच नसेल, तर मी कसा राहणार? ज्ञान मिळते. ते परमात्मस्वरूपाचे असते. जेव्हा हे दोन्ही पूर्णपणे विसरले जातात, तेव्हा फक्त एकच एक परमात्मा उरतो. ही अंतिम स्थिती होय. ती अनुभवायची असते. इथे आत्मा, परमात्मा, स्वस्वरूप यांची अनुभूती येते. दृश्याचा पूर्ण विसर पडतो.

। आत्मबोध ।

ज्ञानात असते ज्ञेय आणि ज्ञाता । दोन्ही स्वतः विसरता ।
मी न मग इथे उरता । ते रूप परमात्म्याचे ॥

ही आहे अंतिम स्थिती । तिची येता अनुभूती ।
मी तूपणा निघून जाई । केवळ उरे स्वरूप ॥

ग्रंथाचा उपसंहार

ओवी २२

आतां असो शब्द पाल्हाळ । तुझे तुटले जन्ममूळ ।
कां जे नाशवंत सकळ । मदार्पण केले ॥२२॥

अर्थ : समर्थ उपसंहाराकडे वळताना सुरुवातीच्याच ओवीत म्हणतात, आता हा शब्दांचा पसारा बास झाला. सर्व काही जे जे नाशवंत आहे, ते ते शिष्याने केव्हाच गुरूंना देऊन टाकले आहे. त्यामुळे शिष्याच्या जन्ममरणाचे मूळ कारण असणारी वासना नाहीशी झाली. या जन्ममरणाच्या फेऱ्यातून तो सुटला आहे.

स्पष्टीकरण : आत्तापर्यंत बाह्य जग, बाह्य विश्व आणि अंतर्मुख, अंतरंग याविषयी उहापोह झाला. गुरूंनी शिष्याला अनेक गोष्टी अनेक वेळा सांगितल्या. यात शिष्य जगत असलेले जग, त्याच्या धारणा, शंका याविषयी गुरू बोलले. तत्त्वज्ञान, अध्यात्म यांविषयीही स्पष्टीकरण केले. माया, मोह, देह, वासना, अपेक्षा, दृश्य, नाशवंत जग, मूर्त जग यांविषयी बोलून गुरूंनी शिष्याला आत्मस्वरूप दर्शनाकडे नेले. शिष्याला आत्मदर्शनाची अनुभूती आली. आत्मवस्तू अविनाशी आहे. ती सत्य आहे. मायानिर्मित सर्व नाशवंत आहे. आपण मायेमुळे त्याला चिकटलो. तथापि, शिष्याने स्वेच्छेने सर्व काही स्वामींना अर्पण केले आहे. त्यामुळे त्याविषयीचे प्रेम, अपेक्षा, वासना उरल्या नाहीत. दृश्यापासून कोणतीच अपेक्षा उरली नाही. जन्माचे मूळ कारण जी वासना तीच उपटली गेली. त्यामुळे आता स्वरूपदर्शन घडते.

। आत्मबोध ।

नको आता शब्दांचा पसारा । नको आता मोह दृश्याचा ।
केले स्वामींना अर्पण । मायामय दृश्य नाशवंत ॥
नाही उरल्या अपेक्षा । नाही उरल्या इच्छा ।
जन्माचे मूळ वासना । तीच उपटली ॥

शिष्याचे मन झाले उन्मन ।
घडते आता स्वस्वरूपाचे दर्शन ॥

ओवी २३

जें जें जाणोनि टाकिलें । तें तें नाशवंत, राहिलें ।
तुझे तुज प्राप्त जालें । अक्षईपद ॥२३॥

अर्थ : "मीपणाने तू जे जे जाणलेस ते सारे नाशवंत आहे, हे तुला समजले, म्हणून तू त्याचा त्याचा त्याग केलास. हा त्याग केल्याने, तुझे शाश्वत रूप उरले. ते तुला आता प्राप्त झाले." गुरू शिष्याला सांगतात.

स्पष्टीकरण : स्वामींनी शिष्याला मार्गदर्शन केले. त्यामुळे शिष्याला साक्षात्कार झाला. काय करायला हवे, काय नको, याची जाणीव झाली. शिष्याने या दृश्य जगाला समजून घेतले, तेव्हा त्याला समजले की, हे सारे नाशवंत आहे. जे जे नाशवंत त्याचा त्याग करायला हवा, हे लक्षात आल्यावर शिष्याने त्याचा त्याग केला. बुद्धी ही अशी गोष्ट आहे की बुद्धीच बुद्धीच्या सीमा सांगते, दृश्य वस्तूंचे मूल्यमापन करते. त्यातून बाहेर पडण्याचा मार्ग सांगते. याचा परिणाम शिष्य वैराग्यरूप बनतो. तो आपले जीवन अमरत्वाच्या ध्येयासाठी समर्पित करतो. जगाकडे लक्ष देणारी वृत्ती आणि बुद्धी परमेश्वराकडे वळवली, तरच ज्याला विनाश नाही, अशा अक्षयपदाची प्राप्ती होते.

। आत्मबोध ।

मी पणाने शिष्याने जाणले । ते ते नाशवंत आहे कळले ।
म्हणून ते ते सर्व त्यागिले । उरले शाश्वतरूप ॥

ओवी २४

ऐसें बोले मोक्षपाणी । ऐकोन शिष्य लोटांगणी ।
निःसंदेह स्वरूप मिळणीं । दोघे येकचि जाले ॥२४॥

अर्थ : मोक्ष ज्यांच्या हातात आहे, अशा स्वामींचे भाषण ऐकून, शिष्याने त्यांना साष्टांग नमस्कार घातला. गुरू आणि शिष्य दोघे स्वस्वरूपी लीन झाल्याने, दोघे एकमेकांशी समरस झाले, यात संदेह (शंका) नाही.

स्पष्टीकरण : गुरू आणि शिष्य आता अशा अवस्थेला आले की, दोघात तादात्म्य आले. दोघेही समान पातळीवर स्थिरावले. गुरूंप्रमाणे शिष्यालाही आत्मदर्शन झाले. दोघांच्यात समरसता आली. त्यांची शरीरे दोन पण आत्मरूप एक झाले. शिष्याला हे सर्व प्राप्त झाले, ते स्वामींच्या मार्गदर्शनामुळेच. हे स्वामी साधेसुधे स्वामी नाहीत, तर ज्यांच्या हातात मोक्ष आहे, असे हे स्वामी आहेत. म्हणून शिष्याला मोक्ष प्राप्त झाला. शिष्याने कृतज्ञतेने गुरूंना साष्टांग प्रणिपात घातला.

। आत्मबोध ।

मोक्ष ज्याचे हाती । असे स्वामी असती ।
अशा स्वामींची उक्ती । ऐकली शिष्याने ॥
शिष्य झाला स्थिर । जेथे गुरू स्थिर ।
दोघे एकाच स्वरूपी । लीन झाले ॥
स्वामींचे मार्गदर्शन । शिष्या झाले आत्मदर्शन ।
शिष्य झाला कृतज्ञ । स्वामी पायी घातले लोटांगण ॥

ओवी २५

ऐसा कृपाळु स्वामीराव । आदि पुरुष देवाधिदेव ।
शिष्यास निजपदीं ठाव । ऐक्यरूपें दिधला ॥२५॥

अर्थ : देवांचा देव आणि साक्षात आदिपुरुष, म्हणजे सच्चिदानंद स्वरूप ईश्वर असलेले स्वामीराज दयाळू आहेत. त्यांनी शिष्याला आत्मस्वरूपाच्या ठिकाणी अभिन्नपणे स्थापन केले.

स्पष्टीकरण : साधक आत्मदर्शनाचा शोध घेण्यासाठी परमार्थ मार्गावर चालू लागतो. तेव्हा त्याच्या अंगी मीपणा असतो. तो प्रयत्न करतो. त्या प्रयत्नावर त्याचा विश्वास असतो. गुरू अशी साधने साधकाला सांगतात की, त्या साधनामुळे त्याच्यातला मीपणा क्षीण होतो. त्यातूनच मग त्याला वेगळा प्रत्यय येतो, त्याला ईश्वराचा दयाळूपणा दिसतो. कारण स्वामीराज ईश्वराशी समरस झालेले असतात. ते शिष्याला आत्मस्वरूपाच्या ठिकाणी स्थापन करतात.

। आत्मबोध ।

आत्मदर्शनाचा शोध घेण्या । साधक परमार्थ मार्गी चालतो ।
गुरूसाधकाला साधने सांगतो । शिष्याचा मग मीपणा क्षीण होतो ॥
प्रचिती वेगळी येते । गुरू शिष्यासी समरसते ।
शिष्याला आत्मस्वरूपाच्या ठायी स्थापती । स्वामीराज ॥

ओवी २६

जो शिष्य स्वामींना शरण गेला । आणि संदेहा वेगळा जाला ।
तेणें जन्म सार्थक केला । जो देवांसी दुल्लभु ॥२६॥

अर्थ : जो शिष्य आपला मीपणा सद्गुरूंच्या चरणी अर्पण करतो, त्याचे आत्मस्वरूपाबद्दलचे सारे संशय नाहीसे होतात. त्याच्या जन्माचे सार्थक होते. असे

सार्थक देवांनाही दुर्लभ असते.

स्पष्टीकरण : जोपर्यंत माणसाच्या ठिकाणी मीपणा असतो, तोवर द्वैत भाव असतो. मी-तू, ज्ञाता-ज्ञेय असे हे द्वैत असते. या द्वैतामुळे शिष्याला सर्वांगीण ज्ञान होत नाही. जे ज्ञान अपुरे असते ते संदेह निर्माण करते. एक वेळ अशी येते की, शिष्य गुरूंना पूर्णपणे शरण जातो. मीपणासह सगळे गुरूंना देऊन टाकतो. अर्थात गुरूंना हा मीपणा चिकटत नाही. कारण मीपणा त्यागण्याची ताकद गुरूंमध्ये आहे. शिष्याचे अंतःकरण सद्गुरूशी एकरूप होते. दोघेही एकाच पातळीवर येतात. दोघेही आत्मस्वरूपाशी तादात्म्य पावतात. सारे संशय नष्ट होतात. आधी शिष्य हा मीपणा वागवणारा देह असतो. शिष्याने स्वामींपुढे शरणागती स्वीकारण्याने, शिष्याला आत्मस्वरूपाचे दर्शन होते आणि शिष्य आत्मस्वरूप बनून जातो. हे भाग्य देवांनाही लाभत नाही.

। आत्मबोध ।

शिष्य स्वामींना शरण जाता । मीपणा स्वामीचरणी अर्पिता ।
संशय सारे नाहीसे होता । सार्थक होई जन्माचे ॥
शिष्य गुरूंना शरण जाई । गुरू शिष्याला आत्मरूपदर्शन देई ।
शिष्य देहीचा मीपणा जाई । तादात्म्य पावती दोघेजण ॥

ग्रंथसमाप्ती

ओवी २७

ग्रंथ संपतां संपतां स्तुति उत्तरें । बोलताती अपारें ।
परी अर्थासी कारण, येरें । येरा चाड नाहीं ॥२७॥

अर्थ : ग्रंथ संपवताना ग्रंथाचे माहात्म्य सांगायचे आणि त्याची खरी फलश्रुती सांगायची, अशी सर्वसामान्य पद्धत आहे. ग्रंथात जे अध्यात्मज्ञान सांगितलेले असते, त्यालाच महत्त्व असते. बाकीच्या गोष्टींना फारसे महत्त्व नाही.

स्पष्टीकरण : समोरच्याने ग्रंथ काळजीपूर्वक, लक्षपूर्वक वाचावा, म्हणून ग्रंथाशेवटी ग्रंथ वाचनाचे महत्त्व सांगितलेले असते. याचा हेतूच हा की ग्रंथातील

बोध, सार वाचकांच्या लक्षात यावे. वाचकाच्या मेंदूत हा बोध उतरला, की ग्रंथ लेखकाचा हेतू साध्य झाला. अध्यात्म ग्रंथाची पारायणेही याच हेतूने केली जात. श्रीसमर्थांना इथे एवढेच सांगायचे आहे की या ग्रंथात अंतर्भूत असणारा बोध, हाच खरा महत्त्वाचा आहे. ज्या वाचकांच्या अंतःकरणात तो उतरेल, त्याला ग्रंथाचे माहात्म्य आपोआप कळेल.

। आत्मबोध ।

ग्रंथ संपताना माहात्म्य ग्रंथाचे । वर्णून सांगायचे ।
त्याची हेतू हाच असे । जाणावे अध्यात्मज्ञान ॥

ओवी २८

इति श्री आत्माराम । रामदासीं पूर्णकाम ।
निःसंदेह जालें अंतर्याम । सद्गुरुचरणीं ॥२८॥

अर्थ : भगवंताच्या भक्तांना आप्तकाम (ज्याच्या सर्व इच्छा पूर्ण झाल्या आहेत किंवा जो आत्मसंतुष्ट आहे असा) व पूर्णकाम करणारा 'आत्माराम' ग्रंथ येथे संपला. सद्गुरूंच्या चरणी बसून तो श्रवण केल्याने मनामधील सारे संशय दूर झाले.

स्पष्टीकरण : 'आत्माराम' हा आत्मदर्शन कसे घडेल, याविषयी सांगणारा ग्रंथ. आत्मा परमात्मा आहे, असे न वाटता भरकटणाऱ्या मनाला आत्मा-परमात्म्याची प्रचिती देणारा ग्रंथ आहे. त्याग, माया, ब्रह्म, साधन आणि स्वानुभव यांच्या निरुपणातून आत्मदर्शनापर्यंत आणून ठेवणारा ग्रंथ आहे. 'परमेश्वर नाही', 'आत्मा वगैरे काही नाही', 'आत्मा आहे का' असे संदेह मनातून काढून टाकणारा १८४ ओव्यांचा ग्रंथ. आध्यात्मिक विचारांचा पाया असणारा बीजरूप ग्रंथ! अनेक शंकांचे समाधान करणारा हा ग्रंथ! द्वैतांचे रूपांतर अद्वैतात करणारा! दृश्याकडून अदृश्याकडे नेणारा, मी देह आहे कडून मी ब्रह्म आहे, अशी प्रचिती देणारा ग्रंथ! 'मी'ला 'तू'त विलीन करायला सांगणारा, शिष्याला गुरूंमध्ये सामावण्याचे ज्ञान देणारा हा ग्रंथ! स्वामींच्या चरणी अंतर्याम,

मनोविचार, मनोभावना, बुद्धी अर्पण केले की स्वस्वरूपाचा साक्षात्कार करून देणारा ग्रंथ!

। आत्मबोध ।

आत्माराम ग्रंथ संगे कसे होईल आत्मदर्शन ।
तेथे नेई हा ग्रंथ अन् सारे संदेह काढी मनातून ।
मी होतो तूत विलीन, शिष्य गुरूत जाई सामावून ।
स्वामींचरणी अर्पण, स्वचा साक्षात्कार देई करून ॥

ग्रंथ समाप्त
श्री समर्थ चरणी अर्पण

लेखक परिचय

■

रेणू राजाराम दांडेकर
एम.ए., एम.एड.
पाषाण पालवी, मु. पो. चिखलगाव,
ता. दापोली, रत्नागिरी ४१५७१२
फोन - ९३५६८०५४६१

- शिक्षणतज्ज्ञ, शालेय स्तरावर आनंददायी शिक्षणाचे विविध प्रयोग
- शाळा व महाविद्यालयात अध्यापनाचा दीर्घानुभव, चिखलगाव येथील प्रशालेत मुख्याध्यापिका म्हणून ३२ वर्षे कार्यरत
- महाराष्ट्र राज्य पाठ्यपुस्तक महामंडळ (बालभारती) येथे प्राथमिक विभागाच्या मराठी भाषा समिती सदस्य, शालेय शिक्षणाशी संबंधित राज्यशासनाच्या विविध संस्थांच्या सन्माननीय सदस्य
- शिक्षक, पालक व संस्थाचालकांसाठी मार्गदर्शनपर सत्रांमध्ये तज्ज्ञ सहभाग
- आदिवासी मुली, बचत गटाच्या महिलांसाठी मार्गदर्शनपर सत्रे, महिला सरपंच मार्गदर्शन शिबिरात सहभागी
- गावागावात ग्रामविकास म्हणजे काय हे समजून देण्यासाठी नवरात्रात ग्रामगीता वाचन
- आजवर ६०हून अधिक पुस्तके प्रकाशित. अनेक पुस्तकांवर वाचकप्रियतेबरोबरच पुरस्कारांची मोहर
- महर्षी धोंडो केशव कर्वे स्त्री शिक्षण संस्थेतर्फे सामाजिक व शैक्षणिक कार्यासाठी दिला जाणारा प्रतिष्ठित बाया कर्वे पुरस्कार, महाराष्ट्र शासनाचा सावित्रीबाई फुले आदर्श शिक्षिका पुरस्कार, स्व. साधनातील आमटे समिधा पुरस्कार, पुलोत्सव कृतज्ञता सन्मान, सह्याद्री नवरत्न पुरस्कार, उंच माझा झोका - झी मराठी पुरस्कार यांसह विविध पुरस्कारांच्या मानकरी

सकाळ प्रकाशनाची इतर पुस्तके

ब्रह्मांडनायक	प्रा. डॉ. यशवंत पाटील
ब्रह्मचैतन्य	राजलक्ष्मी देशपांडे
योगियांचा राणा	राजलक्ष्मी देशपांडे
बृहद् गीताशास्त्र : खंड १ व २	राजेन्द्र खेर
गीताक्रियापदानि (हिंदी)	ह.भ.प. आचार्य श्रीसंदीप महाराज
कहत कबीर...	मंजुश्री गोखले
समर्थ रामदासांनी स्थापन केलेले अकरा मारुती	स. भ. मोहनबुवा रामदासी
संतश्रेष्ठ ज्ञानदेव	वा. ल. मंजूळ
द फ्रेंड	श्री एम
हिमालयवासी गुरूंच्या योगी शिष्याचे आत्मकथन	श्री एम
श्री गीतायोग : शोध ब्रह्मविद्येचा	डॉ. श्री बालाजी तांबे

www.ingramcontent.com/pod-product-compliance
Lightning Source LLC
Chambersburg PA
CBHW050526240926
51846CB00003B/707
* 9 7 8 9 3 4 7 1 3 8 1 3 3 *